PHAN NHẬT NAM

ÂM VỌNG TỪ MIỀN ĐẤT KHỔ

PHAN NHẬT NAM

ÂM VỌNG TỪ MIỀN ĐẤT KHỔ

Ta lớn lao và ta cô đơn!
Tô Thùy Yên
(1938-2019)

NXB SỐNG
2024

Âm Vọng Từ Miền Đất Khổ
Phan Nhật Nam

Copyright @ 2024 NXB Sống- USA
Xuất bản lần thứ nhất tại Hoa Kỳ - 2/2024

ISBN: 979-8-8693-6149-3

Chủ Biên: Vũ Đình Trọng
Layout & thiết kế bìa: Vũ Đình Trọng
Sửa bản in: Khổng Thanh-Hương

Đặt mua sách: vudinhtrong@gmail.com

MỤC LỤC

Dẫn Nhập   7

Một. Người chết dưới chân Chúa   15
Hai. Những người đàn bà...
   Nơi Trại 5 Lam Sơn, Thanh Hóa   27
Ba. Đứa bé chết trên dòng sông quê hương   39
Bốn. Hai người đàn bà trong Tiết Thanh Minh   47
Năm. Hai Người Lính, Sau Một Lần...   67
Sáu. Những dòng sông chảy qua vùng đá sạn...   85
Bảy. Trên mặt trận im lặng...   139
Tám. Từ vũng lửa, Giữa sự Chết.   149

Kết Từ.   173

Dẫn Nhập

Phan Nhật Nam sinh Ngày 8 Tháng 9, 1943, đổi thành ngày sinh mới, 28 Tháng 12, 1942. Chánh quán Nại Cửu, Triệu Phong, Quảng Trị; Sinh Quán Phú Cát, Huế-Thừa Thiên. Đi lính lần đầu 11/11/1960; lần hai 23/11/1961. Ngày 23/11/1963, tốt nghiệp Khóa 18 Trường Võ Bị Quốc Gia Đà Lạt cấp bậc Thiếu Úy, tình nguyện chọn Binh Chủng Nhảy Dù, Tiểu Đoàn 7, Biên Hòa, KBC 4919. Đơn vị cuối cùng, Ban Liên Hợp Quân Sự bốn và hai bên, cho đến ngày cuối cùng 29/4/1975. Sau 1975, bị bắt giam vào các trại tập trung cải tạo Nam-Bắc dài 14 năm (1975-1989), phần lớn (1976-1988) nơi những hầm cấm cố, tử hình, hệ thống trại giam Miền Bắc, với hai đợt kiên giam (2/1979 đến 8/1980; 9/1981 đến 5/1988). Sang Mỹ định cư cuối năm 1993.

Viết hơn năm mươi năm (1968-2023), bằng chữ viết, lời nói trung trực với những sách xuất bản trước 1975 tại Sàigòn: *Dấu Binh Lửa*, 1969; *Dọc Đường Số I*, 1970; *Ải Trần Gian*, 1970 - Tiểu thuyết hóa người, việc qua biến cố chính trị, quân sự ở Huế, Đà Nẵng, Miền Trung, 1960, 63, 66; *Dựa Lưng Nỗi Chết*, 1971- Thảm kịch Mùa Xuân Mậu Thân (1968) ở Huế được dựng lại với khung cảnh tiểu thuyết; *Mùa Hè Đỏ Lửa*, 1972- Thiên Hùng Ca Mùa Hè của Quân-Dân Miền Nam trong trận chiến giữ đất, bảo vệ dân; *Tù Binh và Hòa Bình*, 1974 - Lời báo động khẩn thiết sau *"Hòa Bình ngụy danh"* từ Hiệp Định gian trá ký kết tại Paris 27 Tháng 1, 1973.

Đến Mỹ cuối năm 1993. Tiếp tục công việc bị buộc phải gián đoạn từ 1975, tự thân đưa đến Bạn Đọc trên thế giới, qua 40,000 dặm Đông-Tây, Nam-Bắc bán cầu, vòng quanh quả đất. Người Lính-Viết Văn phải đi tới, hiện thực công việc: *"Dựng lại chân dung đích thực về Dân-Lính của quốc gia QLVNCH"*. Với: *Những Chuyện Cần Được Kể Lại*, 1995; *Đường Trường Xa Xăm*, 1995; *Đêm Tận Thất Thanh*, 1997 - Thơ viết giữa vũng tối không cùng trong thời gian 1975-1993, nơi các trại tù Long Giao, Long Khánh; Hoàng Liên Sơn, Thanh Hóa, chỗ chỉ định cư trú sau khi đi tù về ở Lái Thiêu, Bình Dương, miền Nam; *Những Cột Trụ Chống Giữ Quê Hương* - Ký Sự Nhân Vật về những Người hằng trải thân chiến đấu Chính Nghĩa suốt nửa thế kỷ trên toàn cõi quê hương; *Mùa Đông Giữ Lửa*, 1997 - Bút ký sau ba năm ở Mỹ để nhắc nhở bản thân, bằng hữu, những thế hệ nối tiếp hằng Giữ Lửa Chiến Đấu Mùa Hè 1972; *Chuyện Dọc Đường*, 2007 (Phần I), kể lại những câu chuyện nghe ra, thấy được, sống cùng với thảm cảnh của mỗi người Việt Nam trên quê hương, khắp nơi trên thế giới, ở đất Mỹ trước, sau 1975; *Phận Người-Vận Nước* – NXB Sống, 2013 - Tường trình về phận nghiệp mỗi Người Việt, toàn Dân Tộc đã phải mang nặng, chịu đọa đày suốt cuộc chiến (1945-1975), trước, sau 1975; *Chuyện Dọc Đường* (Hoàn chỉnh) - NXB Sống, 2013.

Những sách được chuyển ngữ: *The Stories Must Be Told*, do nhóm dịch giả bằng hữu, US. 2002 - *A Vietnam War Epilogue*, nhóm dịch giả bằng hữu, US. 2013; *Dấu Binh Lửa/ Stigmates de Guerre* - Dịch Giả Phan Văn Quan và nhóm bằng hữu (FR), NXB Sống, US. 2015; *Mùa Hè Đỏ Lửa/L'été Embrasé* - Người dịch Liễu Trương, NXB Harmattan, Paris, FR. 2018; *Tù Binh và Hòa Bình/Peace and Prisoner of War*, NXB Kháng Chiến, US. 1987; *Peace and Prisoners of War - A South Vietnamese Memoir of the Vietnam War*, 2021, NXB Naval Institute Press, US. 2021.

Luôn "Học-Đọc-Viết" từ tuổi 20, 30... hoặc nay, 60, 70, 80 dù bất cứ hoàn cảnh, điều kiện nào - Để Nói cho đến tận cùng về Khổ Nghiệp - của mỗi Con Người đã sống cùng, gặp mặt, chứng kiến, nghe qua trên vùng đất gọi là Bán Đảo Đông Dương, Nước Việt Nam suốt hơn nửa thế kỷ qua, đang phân tán khắp nơi trên thế giới. Thế nên, bởi *"Bất bình tắc minh"* mà cầm viết, dụng văn chứ không do tài hoa, văn vẻ, thuộc giới trí thức, khoa bảng. Luôn giữ tâm chất, tính cách là một *"Người Lính-Viết Văn"* chứ không là một văn gia, người chuyên nghiệp sáng tạo nên chữ nghĩa, văn chương, thi ca.

Với trách nhiệm của Người Lính, bảo vệ quốc gia; trách nhiệm của Người Viết Sách đối với xã hội, nên *"Người Lính-Viết Văn"* luôn nhắc lại những ý, lời từ lần cầm bút đầu tiên (1968), mà thiết nghĩ, vẫn còn nguyên giá trị để giải thích việc cầm viết trước, sau 1975... Năm 1969, đã viết nên lời trong Dấu Binh Lửa:... "Đến cái tuổi này (26 tuổi) lẽ tất nhiên tôi chẳng hy vọng gì nơi văn chương nữa, cũng không hề ước mơ nhờ cái ngõ văn chương để kiếm một chút danh vị. Hơn nữa, danh vọng của một người viết văn ở Việt Nam cũng chẳng lấy gì làm sáng sủa. Nhưng (tôi) vẫn muốn viết, viết như một *"nhu cầu"*, nói cho có vẻ thiết tha. Sau tám năm ở lính (1961-1968), thời gian thoải mái thật hiếm hoi, trong khi những phiền toái có duyên cớ hay không, chính danh hay ẩn dấu, hình như chực sẵn ở trong người, có cơ hội sẽ dấy lên như giông bão!

Chính vì những cảnh đời đa đoan này mà tôi phải viết... Tám năm, thời gian gần bằng đoạn đời của gã nông phu Johann Moritz (nhân vật trong Giờ Thứ 25 của C.V. Gheorghiu) lang thang qua các trại tù của giai đoạn Âu Châu máu lửa... Nhưng trước và sau tám năm đó, anh bạn người Lỗ còn có những ngày vui hy vọng. Tôi có gì vui trước tám năm này và hy vọng nào về một Việt Nam hậu chiến!? (Chưa đề cập đến tình cảnh tan nát sụp vỡ toàn diện của Ngày 30 Tháng 4, 1975)".

Đến Mỹ cuối năm 1993, nay vẫn tiếp tục viết (chỉ khác ngày trước viết với cây bút, nay viết với computer), tuy nhiên tâm cảnh cũng chẳng khác gì với anh thanh niên vừa qua tuổi 20 của ba mươi năm trước, chỉ khác chăng là tuổi lớn hơn, thấm đau hơn... Tâm trạng của lần viết *Chuyện Dọc Dường* (2005): "Tôi viết cuốn sách tương đối mỏng (Chuyện Dọc Đường) trong một khoảng thời gian khá dài, và đôi lúc cảm thấy quá khó khăn, gây nên ý nghĩ không thể kết thúc được. Nhưng nay cũng đã xong với tâm cảnh tương tự như ngày tuổi trẻ khi viết xong Dấu Binh Lửa (1968-69) - Hóa ra tôi đã xử dụng chữ nghĩa tận chân thật mà xét ra cũng không đi đến đâu! Chỉ nghĩ thế thôi đã thấy rã rời kiệt sức. Chế độ xã hội (gọi là cộng hòa xã hội chủ nghĩa Việt Nam) lại tiếp sức "định chế hóa, chính trị hóa, hợp lý hóa" sự ác độc của đời sống nên thành chính sách - Một điển hình văn minh tiên tiến "xã hội xã hội chủ nghĩa". Làm sao cứu được cho Người? Bắt đầu từ nơi đâu ở Việt Nam? Hơn thế nữa, tình thế hôm nay xem ra còn *"đáng sợ"* hơn những tháng năm xa xưa kia gấp bội. Vì chỉ một chớp mắt, nay đã trở thành một lão nhân với độ tuổi sáu mươi – Tình cảnh một người già sa cơ thất thế, nước mất nhà tan! Ngày trước Đỗ Phủ viết câu thơ hàm xúc: *"Quốc phá sơn hà tại. Thành xuân thảo mộc thâm."* Tạm dịch: *"Nước mất sông núi vẫn còn. Vào xuân cây cỏ trổ mầm thắm tươi"*. Nhưng đấy chỉ là chữ nghĩa, lời thơ để an ủi, vì trên quê hương hôm nay, hơn bốn mươi năm sau 1975, cây cỏ, con người đồng khô kiệt tang thương đến độ xót xa."

Súng đạn nào giải quyết được Khổ Đau hơn nửa thế kỷ qua mà tôi đã chứng kiến, sống cùng, nếu không muốn nói chính súng đạn (tự thân nó là vật dụng chiến tranh) cũng đã dự phần/phần lớn vào sự tan vỡ đối với người, và quê nhà Việt Nam cũng như cả thế giới nầy - Thế nên, viết cần thiết cho đời sống bản thân (vật chất lẫn tinh thần) một cách cụ thể - Không viết thì Sống thế nào khác? Dù rằng bản thân (cũng) hiểu rất rõ: "Chữ nghĩa rồi ra cũng chẳng đi đến đâu!" Tiên Sinh Phan Sào Nam đã từng thấy ra: "Lập thân tối hạ thị văn chương!"

Chiến tranh Việt Nam là một cuộc chiến mang đầy hoài nghi, trăn trở cho nhiều người và chính bản thân. Nên câu hỏi (đặt ra với chính mình) là: Có thực sự tin tưởng tuyệt đối vào sự lựa chọn cầm súng chiến đấu (của mình và chiến hữu chung thế hệ) hay chăng? Để trả lời câu hỏi nầy, phải nại đến một tình cảnh mà chính bản thân đã có mặt vào một ngày của Tháng 6, 1972 khi đại quân miền Nam dưới quyền chỉ huy của Trung Tướng Ngô Quang Trưởng khai diễn Chiến Dịch Lôi Phong (25/6/1972), mở đầu kế hoạch tái chiếm Quảng Trị. "Bấy giờ, bắt đầu Mùa Hè 1972, tháng thứ ba kể từ ngày Bắc quân mở cuộc đại tấn công Miền Nam, Quảng Trị, Thừa Thiên là hai nơi hứng chịu tai ương tàn khốc của bom đạn nặng nề trước nhất, và người dân của chốn đau thương này lại thêm một lần tay bế con, lưng cõng cha mẹ già xuôi theo Đường Số I dưới che chở độc nhất, cũng là nguồn tin cậy cuối cùng - Người Lính... *Lính cộng hòa ơi, cứu bà con, lính cộng hòa ơi!* Trên đoạn đường máu đóng khô vươn vải thây người, đoạn nam Thị Xã Quảng Trị, Quận Hải Lăng dài tới Cầu Mỹ Chánh... Không phải chỉ một vài một người, nhưng toàn khối dân bi thương nguy biến cùng gọi lên như thế một lần khi thở hơi cuối, mồm há hốc, tròng mắt thất thần dựng đứng. Họ gọi Người Lính khi nằm xuống nhìn máu chảy từ xác thân bị cắt xé, cứa dập, tay lần chuỗi Mân Côi, hạt Bồ Đề, và trên đầu, chung quanh đại pháo Bắc quân nổ liên hồi. Nổ tàn nhẫn. Đạn nổ không bỏ sót một phần đất, chụp xuống đủ lên thân thể con người. Trong tình cảnh cùng khốn nguy nan ấy, người dân chỉ còn *"một lực giải cứu hy vọng duy nhất"* để gọi tới sau khi những che chở cầu xin tôn giáo đã bị đám giặc phương Bắc ngụy danh *"giải phóng"* kia chà đạp thậm tệ, tàn nhẫn khinh miệt... *Lính Cộng Hòa ơi!* Người dân hơn một lần kêu lên như thế. Người hằng nhiều lần kêu lên như thế khi đối mặt cùng cái chết. Khi lâm tử.

Phải! Tôi đã nghe đồng bào kêu lên như thế trong Mậu Thân ở Huế, 1968; đồng bào đã kêu lên *"Lính Cộng Hòa ơi cứu dân!"* khi chạy loạn ở An Lộc, 1972. Đồng bào kêu cầu cứu với Lính Cộng Hòa khi di tản từ Cao Nguyên về Tuy Hòa, Bình Định, Nha Trang, Tháng Ba, 1975. Và sau 1975, trên Biển Đông, trên đường vượt biên ra khỏi nước, toàn dân Việt (không phân biệt Bắc/Nam) đã trở thành một loại tiện dân đọa đày khắp các trại tỵ nạn vùng Đông Nam Á, ở Hồng Kông, trước đám hải tặc, lính Khmer Đỏ. Và hôm nay trên biển Đông, trước *"tàu lạ"*. Dân tộc Việt bị khinh biệt, bị đọa đày bởi một điều giản dị: Dân Tộc Việt không còn Người Lính bảo vệ - Quân Lực Việt Nam Cộng Hòa đã tan vỡ chung lần cùng Hy Vọng Việt Nam. Tôi luôn tin chắc Lý Chính Nghĩa của Người Lính Miền Nam cho dù có cuộc thất trận Ngày 30 Tháng 4, 1975. Tai họa từ phận nghiệp đen tối cho toàn Dân Tộc Việt - Không bởi từ Người Lính QLVNCH kém chiến đấu.

Trở lại vấn đề đã viết nên một lần trong *"Dựa Lưng Nỗi Chết"* đấy là, *"Nỗi Chết"* (có thật, luôn gặp phải và gánh chịu trực tiếp) đã dạy cho bản thân được những gì? Thế nên nếu phải lâm vào hoàn cảnh *"Dựa Lưng Nỗi Chết"* thì mỗi người phải tìm cách tự cứu bằng đường riêng chứ không ai có thể giúp đỡ cho ai được.

Ngày 7 Tháng 9, 1981 bắt đầu đợt kiên giam thứ hai, bước chân vào căn phòng cấm cố dài hai thước, cao ba thước, rộng một thước. Sự sống chỉ có được ở ô thông hơi hình chữ nhật 30x20 chận lưới sắt ở trên cao. Căn phòng nóng 40 độ vào mùa hè, mờ mờ hơi lạnh vào mùa đông do khu trại giam thiết trí trong vùng núi đá vôi Tỉnh Thanh Hóa. Ruồi, muỗi bay nhỡ bay thì đậu cứng vì áp suất căn phòng quá nặng! Người tù ngồi bất động trên một tấm đanh, cổ chân kẹp vào chiếc cùm sắt hình chữ U. Đại, tiểu tiện trong một ống tre; ngày hai chén bắp (đá), loại thực phẩm dành cho gia súc, và hai chén nước lạnh! Ngồi miết trong bóng tối mất dần tất cả mọi giác quan, ý niệm vào những năm 1982, 83, 84... Chiếc đầu có lúc tưởng như bốc khói, sôi lửa do buồn phiền, âu lo... Làm sao có thể sống sót?! Làm sao có thể qua từng giây? Phải, từng giây chứ không được từng phút, từng giờ! Thế nhưng, cũng dần hồi đi qua như lời gọi là THƠ viết trên đầu ngón tay. *"Quả thật sức tôi không sống nổi. Một giờ không nói, tính chi năm... Không phải một năm mà một chục. Tận cùng khổ nhục với đau thương... Nhưng người Sống được bởi có Trời!"* Vâng, Người Sống do có Trời!

Sau nầy, tôi được xác chứng thêm, có những người khác lâm vào hoàn cảnh tương tự nhưng khó khăn gấp bội, đấy là Đại Úy Nguyễn Hữu Luyện hơn 21 năm tù; Nguyễn Chí Thiện 27 năm; sau 1975 qua Thế Kỷ 21 có các ông như Nguyễn Hữu Cầu 35 năm, và Linh Mục Nguyễn Văn Lý vượt quá số 30 năm tù tội! Những kẻ ở hải ngoại *"tố cáo"* Nguyễn Chí Thiện giả, đạo thơ văn; Linh Mục Nguyễn Văn Lý là *"ngôn sứ Đô-la"* theo tôi nghĩ, là những kẻ mất *"Tình Người"* - Loại cầm thú hân hoan trên nỗi khổ đau của đồng loại - Những kẻ không hề biết sức nặng của chiếc cùm, mỗi giây khắc tưởng như không chuyển dịch trong hầm tối! Nói được với ai từng giờ, phút trên biên giới chết trong khi sống nầy của một đoạn thời gian 7, 8, 10, 20, 30... năm?!

Có một đoạn trong *Dấu Binh Lửa* (1968-1969) hôm nay có thể nhắc lại sau hơn 50 năm: "Tôi cũng chấp nhận cho sự góp mặt ở chiến cuộc, góp mặt để chấm dứt chiến tranh. Thắng bại không kể, nhưng cốt yếu là không ở ngoài, không chạy trốn trong khi bạn bè, những người cùng trang lứa đang tham dự, đang ngã chết. Dù chết bên này hay bên kia, chết trong thù hận hay chết tình cờ... Những giòng chữ (không thể thành thật hơn) đã viết nên từ 50 năm trước. Năm ấy hai-mươi sáu tuổi, chưa xẩy ra Mùa Hè Đỏ Lửa 1972; chưa sụp vỡ miền Nam 30 Tháng 4, 1975; chưa có vượt biên; chưa thấm đủ hầm tối trại tập trung; 25 lần dọn nhà sau 30 năm nơi đất Mỹ! Bây giờ tôi có thể nói thêm được điều gì về "hạnh phúc" và "hy vọng" nào đây?

Tháng Hai, 2018,
50 năm Mậu Thân Huế
(1968-2018)
Viết lại 8 Tháng 8, 2023

Một.
Người chết dưới chân Chúa

Sông Tiền Giang mênh mông như biển, chiếc phà lớn chuyên chất ba GMC, vài chiếc xe du lịch, bềnh bồng mang chúng tôi qua sông lẫn với đám hành khách áo quần màu sắc. Họ dồn về một phía, nhìn lũ người gươm đao thật xa cách. Tôi ngồi trên mui tàu thả từng mẩu giấy vụn xuống dòng nước, trí não lãng đãng như bọt sóng.

Đoàn xe rời Quốc Lộ 4 rẽ về phía phải theo con đường đỏ hướng phi trường Trúc Giang. Qua ngôi trường tiểu học quận, một dẫy quan tài sắp lớp, mùi thây chết bốc lên ngây ngấy. Biệt Động Quân - Tiểu đoàn 41... Nghe nói hình như tiểu đoàn trưởng hay tiểu đoàn phó bị chết. Lính ở trên xe xì xầm bàn tán với vẻ thản nhiên. Họ không biết chiến trận đã đến hồi khốc liệt, nên chiến đoàn Dù gồm tiểu đoàn chúng tôi và một tiểu đoàn bạn đã có mặt tại vùng hành quân từ ngày trước.

Đến phi trường nơi đặt bộ chỉ huy của khu chiến thuật Tiền Giang, trung tâm hành quân của cuộc hành quân, chúng tôi được lệnh ngủ tại đây để chờ ngày mai trực thăng vận vào vùng hành quân. Tôi chưa được dự trận lớn, nên không có ý niệm về những gay go sắp đến trong ngày mai, bình thản ngủ một giấc yên lặng với kết luận: Trực thăng vận đối với nhảy dù chỉ là trò chơi, không có gì mới lạ.

Ngày 22, 8 giờ hai pháo đội đặt ở phi trường hướng súng về bãi đáp nhả đạn liên hồi để dọn bãi. Lấy cái chết của phe địch để làm an toàn cho phe mình, luật của chiến tranh quả tàn khốc. Tiếng súng dọn bãi vừa dứt, ba mươi chiếc trực thăng đồng bốc lên một lượt mang hai Đại Đội 71 và 72 vào trận địa.

Báo cáo xuống bãi tốt, bình yên. Phần còn lại của tiểu đoàn được trực thăng vận tiếp theo. Toàn bộ tiểu đoàn đã xuống đủ, hai Đại Đội 71 và 73 dẫn đầu đơn vị, di chuyển được mười lăm phút. Súng nổ! Đụng rồi! Đụng rồi... Lính dáo dác, máy truyền tin chuyển lệnh nghe loạn xạ. Phía trước tiểu đoàn súng nổ lẫn lộn, tiếng khô và cứng của ta, sắt nhọn của địch... Đại Đội 72 rút lên bố trí về phía phải Đại Đội 73. Lệnh cho đại đội chúng tôi lên thật nhanh. Ngang qua chỗ đứng của Thiếu tá tiểu đoàn trưởng, một tiếng nổ thật lớn nháng lửa ngay trước mặt, quả đạn 57 ly nổ ngay khi ra khỏi nòng, người phụ xạ thủ bị bắn tung ra đằng sau, một bàn tay bị đứt. Ông tiểu đoàn trưởng hét lớn qua màu khói... Trung đội anh chạy ra cái nhà tranh...

Như vậy là đụng độ lớn, người bị thương nằm la liệt ở dưới các rãnh dừa nước. Toàn đang đứng trong một giao thông hào chỉ trỏ quát tháo. Phía tay trái nơi xa có tiếng lựu đạn nổ và tiếng hô xung phong. Trung đội tôi ép phải, hướng tiến bây giờ thẳng góc với các con kinh nhỏ, nên chúng tôi chỉ có thể nhảy từng bước thật dài trên bờ kinh, một cái nhảy hụt tôi rơi vào đường mương cùng với hai người khinh binh. Bám cỏ bò lên, xác hai tên Việt cộng nằm tênh hênh, một xác bị banh nát ngực, xác kia nằm sấp, không rõ... Người chết, lần đầu tiên tôi chạm phải - Một thây chết của đối phương.

- Lên đi tụi mày, thằng nào trốn đằng sau tao bắn gẫy giò...

Tôi quát tháo cũng ra gì, mấy người lính đi chậm dớn dác tìm lối qua rạch. Họ không nhảy qua được vì mang đồ quá nặng.

- Đ.m... Nhảy qua được không? Thường ngày sao liến xáo quá cỡ, hôm nay lại chậm như rùa.

Tôi chửi mắng om sòm. Trung đội đến bờ làng dừng lại bố trí trông ra cánh đồng trống. Ngồi dựa vào một gốc dừa, tôi thấy mệt vì phải quát tháo quá nhiều, nhớ lại lời chửi tục. Tôi đã thành một người lạ nào đấy. Địch từ phía trái chạy vọt qua, bóng áo đen ẩn hiện đàng sau rặng dừa xanh bên kia cánh đồng. Bắn! Bắn! Trung đội tôi khai hỏa ròn rã. Một vài bóng áo đen ngã xuống. Hơi thuốc súng, hơi bùn lầy, máu người chết xông lên ngây ngấy.

Sáu giờ chiều, tiếng súng phía bên trái, hướng đại đội 71 hoàn toàn chấm dứt, trực thăng tải thương bắt đầu đến, khói màu xanh làm dấu bãi đáp bốc lên mờ mịt làm đặc không gian đang ngã vào đêm, rừng dừa màu xanh thẩm lại. Tiếng súng vu vơ của địch bắn lên máy bay khi tháo lui. Tôi ngồi dựa gốc dừa, mệt mỏi đến tột độ, một tên lính mò lại bên cạnh.

- Thiếu úy ăn cháo gà?

- Cháo gà?

- Dạ, em bắt được, nó còn ấp trứng...

- Thôi mày cho tao quả trứng, tao ăn cháo không nổi.

Khi lính trong trung đội xịt xoạt ăn cháo, tôi đi lui về phía xác hai tên Việt cộng. Tên nằm sấp bây giờ lật ngược lại, có lẽ đấy là cử động cuối cùng của nó trước khi chết. Tôi đặt tay lên da người chết lạnh tanh. Đêm xuống, chúng tôi trải poncho nằm trên bờ rạch, không cởi giày, địch có ý tấn công lại nên phải đề phòng.

Tiểu đoàn tiếp tục truy kích, hôm nay đại đội tôi đi đầu, trung đội tôi dẫn đầu đại đội, chúng tôi đi dọc một con kinh lớn, rừng dừa xanh ngút tầm mắt, thôn xóm trù phú nhưng không một bóng người. Chúng tôi dè dặt từng bước đi.

- Hầm có dấu chân người! Tản rộng ra chung quanh, một người đến xem mà thôi -Tôi ra lệnh.

- Ai ở dưới, đi lên!... Im lặng...

- Lên không tao ném lựu đạn xuống! Thiếu úy, cho em ném lựu đạn xuống. Tên lính hỏi ý kiến.

- Không, mày bắn xuống mà thôi.

Tên lính lanh lẹ bắn xuống một tràng Thompson, có tiếng rên khe khẽ.

- Lên không bắn nữa. Đưa tay lên trước...

Tôi nín thở, một chiếc đầu bạc phơ từ từ nhô lên khỏi miệng hầm, ông lão bế một bà lão lên theo. Vừa ra khỏi hầm ông lão chấp tay xá bốn hướng xụt xùi khóc lóc, bà lão nằm vật xuống, ở đầu có một vết thương.

Đến buổi trưa, tôi hoàn toàn kiệt lực như một mũi tên rơi xuống cuối đường bay. Hình ảnh hai mái tóc bạc nhô lên từ miệng hầm, nét mặt hốt hoảng của hai tên địch chưa quá mười sáu tuổi lôi lên từ một đám bèo, một tên còn đang ngậm một búng cơm... Những hình ảnh đó bây giờ cộng thêm cảnh chết của hai vợ chồng và ba đứa con ở trước mắt tôi. Họ chết từ ngày hôm kia, khi địch đặt bộ chỉ huy ở khu nhà thờ, người chồng là ông Từ giữ nhà thờ đã đem cả gia đình vào trốn dưới cái bệ thờ Chúa.

Tượng Chúa ngã nghiêng, tượng Thiên Thần vỡ tung tóe, hai bàn tay trắng bằng đất nung lăn lóc trên sàn nhà. Khi tôi cúi xuống nhặt hai bàn tay này thì khám phá ra năm xác chết trên. Họ chết ngồi, hai vợ chồng ngồi sát nhau ôm ba người con trước ngực. Họ chết vì bị sức ép nên thân thể vẫn còn nguyên vẹn, nét mặt in vẻ hốt hoảng. Tôi ra lệnh kéo xác họ ra sân.

Giáo đường bây giờ im vắng, tượng Chúa linh động trong vị thế nghiêng ngã, nắng ở ngoài không rọi vào, không khí nặng nề lạnh ngắt... Tôi ngồi xuống trên chiếc ghế, hỏi thầm...

- Thượng-Đế, Ngài có thật đấy chăng?

Khi tôi bước ra đàng sau nhà thờ, qua khu nhà ở của những người chết, một chiếc áo tím chắc hẳn của cô gái còn phơi phới bay trong gió... Nhìn ra xa, xác cô gái nằm thẳng trên sàn gạch, nắng thật sáng rọi lên rực rỡ. Người tôi ai cắm một lưỡi dao oan nghiệt vào tim, thật buồn. Tôi loay hoay đốt một điếu thuốc. Cái chết quả bi thảm, nhưng hình ảnh của cô gái nằm chết khi chiếc áo còn bay trong gió vang vang nơi trí não tôi như một tiếng kêu thê thảm không dứt âm. Hai ông bà cụ già, tên Việt cộng trẻ, người cha và người mẹ, họ đã sống, đã chết dù sao cũng có chủ đích, có chọn lựa, cũng đã qua gần hết cảnh sống. Cô gái chết bất ngờ không báo trước, yêu đời như màu tươi của chiếc áo. Tôi choáng váng ngộp thở, người lao đao trong một niềm giận dỗi phiền muộn không cùng.

Đụng lớn, tiểu đoàn lấy được một lô súng đạn, thừa thắng truy kích địch để lùa chúng về Quốc Lộ 4. Bên trái là sông Tiền Giang, Tiểu Đoàn 3 Nhảy dù bên phải làm thành phần chận bít. Tiểu đoàn tôi lùa địch từ đông sang tây. Việt cộng phân tán thành từng toán nhỏ để chạy trốn. Ba đại đội tác chiến được xử dụng để lục soát không chừa một hốc nhỏ. Việt cộng được moi lên từ các ao bèo, bờ lúa, đụn rơm, cuộc truy kích vừa khôi hài vừa hào hứng như trò chơi. Tôi lầm lì đi giữa hàng quân, trận đánh ngày hôm qua, một đêm mất ngủ, cái chết hàng loạt của Việt cộng, những thây ma tênh hênh lăn lóc, tất cả đổ ào xuống một lượt trên tâm hồn hồn nhiên - Tôi ngất ngư như lần đầu tiên uống rượu. Nhưng đây là cơn say đen. Xua quân đi vào một vườn dừa rộng, tiểu đội bên trái, tiểu đội bên phải, lục soát dọc theo hai con rạch nhỏ bao quanh khu vườn. Tôi đi vào ngôi nhà đang âm ỉ cháy, những chiếc cột lớn lỏng chỏng hỗn độn bốc khói xám...Một người đàn bà áo trắng quần đen tay ôm chiếc lẵng mây trước ngực ngồi im trên nền gạch đôi mắt nhìn thẳng ngơ ngác. Thấy chúng tôi đi vào chị ta đứng dậy, đứng thẳng người như pho tượng, như thân cây chết với đôi mắt không cảm giác. Thằng bé theo tôi cùng tên hiệu thính viên lẻn ngay vào bếp kiếm thức ăn. Tôi đi đến trước chị đàn bà...

- Làm gì chị ngồi đây, không biết đang đánh nhau sao?

Im lặng, đôi mắt ngơ ngác lóe lên tia nhìn sợ hãi. Bỗng nhiên chị ta đưa thẳng chiếc lẵng mây vào mặt tôi, động tác nhanh và gọn như một người tập thể dục. Sau thoáng ngạc nhiên tôi đưa tay đón lấy... Hai bộ áo quần, chiếc khăn trùm đầu, gói giấy nhỏ buộc chặt bằng dây cao su. Mở gói, hai sợi giây chuyền vàng, một đôi bông tai.

- Của chị đây hả? - Vẫn im lặng. Nỗi im lặng ngột ngạt, lạ lùng.

- Con mẹ này điên rồi thiếu úy. Chắc sợ quá hóa điên.

Tên hiệu thính viên thì thầm sau lưng tôi, mắt nó sáng lên khi nhìn vào những miếng vàng chói trên giấy...

- Vàng, chắc cũng hơn một lượng, lấy đi thiếu úy... Ê! Đi đi.

Người lính xua tay đuổi người đàn bà đi chỗ khác. Lạnh lùng, chị ta xoay người bước đi như xác chết nhập tràng.

- Chị kia quay lại đây tôi trả cái này... - Tôi nói vọng theo.

Người đàn bà xoay lại, cũng với những bước chân im lặng, trở về đứng trước mặt tôi, nhưng đôi mắt bây giờ vỡ bùng sợ hãi, vẻ hốt hoảng thảm hại làm răn rúm khuôn mặt và run đôi môi... Chị ta còn trẻ lắm, khoảng trên dưới hai bảy, hai tám tuổi, da trắng mát tự nhiên, một ít tóc xỏa xuống trán làm nét mặt thêm thanh tú. Tôi đưa trả chiếc lẵng mây, chị đàn bà đưa tay đón lấy, cánh tay run rẩy như tiếng khóc bị dồn xuống. Chiếc lẵng rơi xuống đất, hai cánh tay buông xuôi mệt nhọc song song thân người. Dòng nước mắt chảy dài trên má. Tôi hươi mũi súng trước mặt chị ta:

- Ngồi đây! Tôi chỉ nòng súng vào bực tam cấp. Khi nào tụi tôi đi thì chị đi theo... Tại sao khóc, nhặt vàng lên đi chứ.... Im lặng, chỉ có nỗi im lặng kỳ quái, thân thể người đàn bà cứ run lên bần bật, nước mắt ràn rụa... Từ từ chị đưa bàn tay lên hàng nút áo trước ngực... Không! Không thể như thế được, tôi muốn nắm bàn tay kia để ngăn những ngón tay run rẩy đang mở dần những hàng nút bóp để phơi dưới nắng một phần ngực trắng hồng! Không phải như thế, chị ơi... Người đàn bà đã hiểu lầm tôi... Không lấy vàng và bắt đứng lại! Chị ta không hiểu được lời nói của tôi, một người Việt Nam ở cùng trên một mảnh đất. Chị ta tưởng tôi thèm muốn thân xác và đòi hiếp dâm! Tội nghiệp cho tôi biết bao nhiêu, một tên sĩ quan hai mươi mốt tuổi làm sao có thể biết đời sống đầy máu lửa và đớn đau tủi hổ đến ngần này. Tôi đi lính chỉ với một ý nghĩ: Đi cho cùng quê hương và chấm dứt chiến tranh bằng cách góp mặt. Thê thảm biết bao nhiêu cho tôi với ngộ nhận tủi hổ này... Thê thảm cho tôi, cho những người lính chung quanh vì lính chúng tôi có thể tàn bạo khoảng khắc, tham lam lén lút, nhưng chúng tôi đâu phải là một thứ lính tẩy trên quê hương - Người ngoại cuộc với những tàn phá kinh sợ do chiến tranh này gây nên. Chúng tôi có lòng nào hưởng cảm giác trên xác thân của một người đàn bà Việt Nam, trong cơn vỡ nát kinh hoàng thống khổ...

Khổ lắm, người đàn bà của tỉnh Kiến Hòa đâu biết chúng tôi không bao giờ muốn huênh hoang, hung bạo trong vườn xanh bóng mát này, chúng tôi đâu có muốn tạo những ngọn lửa oan uổng thiêu đốt căn nhà bình yên như giấc mơ của chị. Và những mảnh vàng đó, thân thể chị đây, ai có can đảm để giang tay cướp phá và xâm phạm! Tôi muốn đưa tay lên gài những chiếc nút áo bật tung, muốn lau nước mắt trên mặt chị, nhưng chân tay cứng ngắt hổ thẹn. Và chị nữa, người đàn bà quê thật tội nghiệp, cảnh sống nào đã đưa chị vào cơn sợ hãi mê muội, để dẫn dắt những ngón tay cởi tung hàng nút áo, sẵn sàng hiến thân cho một tên lính trẻ, tuổi chỉ bằng em út, trong khi nước mắt chan hòa trên khuôn mặt đôn hậu tràn kinh hãi.

Quân rút ra khỏi làng, chị đàn bà đi theo chúng tôi, vẫn với những bước đi ngượng ngập cứng nhắc, vẫn đôi mắt nhìn vào khoảng trống không cảm giác. Người đàn bà Việt Nam bước đi trong ngỡ ngàng với hạnh phúc khốn nạn: Hạnh phúc đến chót sau những thống nhục rời rã. Hạnh phúc lạ lùng như chiêm bao thấy thân thể chưa bị xúc phạm!

Quân rút ra gần đến quốc lộ, con sông bên trái đầy thuyền, hỗn độn dòng người chen chúc. Dân của vùng hành quân trốn ra từ ngày trước, tiếng người kêu la vang dội một khoảng sông, họ hỏi thăm tình trạng nhà cửa, người thân thích, người kẹt trong vùng hành quân. Tiếng khóc vang rân... Trời ơi, nhà ông Năm bị chết hết cả rồi bà con cô bác ơi! Tiếng kêu thê thảm như một kẻ đắm đò...

- Lai! Mày đó Lai ơi! Bà già dưới sông mồm kêu, tay ngoắc chị đàn bà theo chúng tôi. Chị ta dừng lại như để nhớ một dĩ vãng, như nhớ một khoảng sống đã đi qua... - Lai! Lai ơi, má đây con.... Chị đàn bà đứng lại xoay người về phía dòng sông... Má! Má!

Tôi thấy đôi môi run rẩy thì thầm: Nhà cháy rồi! Nhà cháy rồi! Chị ta đi lần ra phía bờ sông, cũng với những bước chân của người mất hồn, bóng áo trắng nổi hẳn trên đám dừa xanh.

Tôi cúi đầu đi thẳng, mắng mấy người lính đứng tần ngần nhìn theo người đàn bà: Tiên sư, đi lẹ còn qua phà sớm. Lòng ngập một niềm ăn năn kỳ lạ.

Chiếc phà đưa tiểu đoàn chúng tôi về Mỹ Tho. Dân chúng ra đứng nhìn cảm phục. Đóng quân ở sân vận động, tôi đi lên chiếc cầu hướng về phía Gò Công, dòng nước đen thấp thoáng ánh đèn chảy siết dưới chân cầu đục ngầu như tâm hồn. Đêm tỉnh lẻ đỏm dáng tội nghiệp, tôi đi lang thang, thật lạ ngay với chính mình, gặp Bang ở Biệt Động Quân, anh chàng nhỏ người nhưng ồn ào nhất trong số mười lăm anh Khóa 15 Thủ Đức về Biệt Động.

Bang đãi tôi cơm, tôi chỉ uống được chai bia, xong chúng tôi đi coi ciné, phim *The Sun Also Rises*, phục Hemingway thì có khi đọc sách, nhưng phim dửng dưng, nhạt nhẽo. Tôi đi về trong đêm khuya, thành phố ngủ sớm, chiếc lá khô bay trước mặt như tà áo của cô gái. Tội nghiệp thay cho một tuổi trẻ, tôi cũng đáng tội nghiệp nữa. Ngày mai chúng tôi về Sàigòn, ao ước được cởi áo nhà binh trong vài ngày, nhưng đó chỉ là ao ước, vì chúng tôi biết rằng Sài Gòn đang có biến động, Phật Giáo và Công Giáo xua tín đồ ra đường phố. Lần đầu tiên trong đời, tôi biết thế nào là phẫn nộ khi về đến Sài Gòn, đóng ở Tổng Nha Cảnh Sát, lãnh một cái mặt nạ để sẵn sàng dẹp biểu tình.

Hai gã thiếu niên đi hàng đầu căng biểu ngữ: *"Hoan hô Quân Đội"*. Hai gã khác mang một biểu ngữ màu vàng: *"Cương quyết bảo vệ Đạo Pháp"*. Đám đông ước khoảng hơn trăm người, phần đông là thanh thiếu niên dưới hai mươi tuổi, một số ít đàn bà lớn tuổi, thấp thoáng vài chiếc áo vàng. Trung đội tôi dàn hàng ngang ở ngã ba Trần Quốc Toản – Cao Thắng, đợi đám đông tiến tới. Cách chúng tôi khoảng trăm thước, đám biểu tình dừng lại, một tên trẻ tuổi tách ra khỏi đám đông, tay cầm một lá cờ Phật Giáo tiến về phía chúng tôi, gã bắt đầu nói... Tôi không nghe rõ, chỉ loáng thoáng mấy danh từ: Độc tài, đạo pháp, dân chủ hỗn độn va chạm nhau... Xong, gã nâng cao lá cờ... Đám đông hoan hô ầm ĩ, im lặng trơ trên đè nặng. Gã thiếu niên nói tiếp thêm một hồi. Một chiếc áo vàng từ trong đám đông tách ra đến đứng cạnh. Tay ông tu sĩ có chiếc cờ nhỏ, y nâng cao, hai tay dang rộng hình chữ V, kiểu võ sĩ lên đài chào khán giả... Tôi không nghe được lời ông ta nói gì, vì chú ý đến đám đông. Bọn thanh niên biểu tình phần đông mang dép, quần ống hẹp, áo bỏ ngoài, hai ba gã đứng hàng đầu tóc dài xùm xụp, mồm đang nhai bánh mì, có một vài ả con gái tay còn ôm cặp, ý hẳn đang đi học... Nhưng linh động hơn hết là hai chị đàn bà, quần đen áo bông, lồng lộn xỉa xói mỗi tay cầm một chiếc gậy, một ả đang chửi ngừng lại, chạy vào cái máy nước uống một hơi xong lại nhảy ra tiếp tục tru tréo...

Một chiếc xe cảnh sát màu xanh đỗ ở sau lưng chúng tôi, tiếp theo hai GMC chở đầy cảnh sát dã chiến. Chúng tôi lùi đàng sau, nhường chỗ cho cảnh sát, những chuyên viên chống biểu tình dàn đội hình mau lẹ, máy phóng thanh kêu gọi đám đông giải tán. Có tiếng la ó đả đảo từ đám đông, một vài người bắt đầu ném gạch đá. Lời kêu gọi chót không thành, cảnh sát dã chiến tấn công, gạch đá, khói lựu đạn cay bốc lên. Cảnh sát dã chiến tiến tới, đám biểu tình lui lại rút về Viện Hóa Đạo cố thủ. Trên đường vắng lăn lóc hỗn độn guốc, cặp, nón lá, dép, trơ trên và buồn cười. Toán cảnh sát dã chiến lên xe rút đi, nhường lại khoảng đường cho chúng tôi, hàng rào kẽm gai mới được thành lập ngay trước cổng Viện Hóa Đạo. Chúng tôi dàn hàng ngang đứng trong nắng, gió và chuỗi giông bão chửi rủa phẫn nộ của bọn người đứng sau hàng rào kẽm gai. Một tên mặt choắt như mặt chuột chỉ tay vào tôi:

- Đ.m... mày ăn tiền của Mỹ bao nhiêu? Tụi mày nếu chết không có địa ngục nào trừng phạt cho hết, cha mẹ mày cho ăn học để mày đem súng đạn giết thầy, hại đạo?!

Máu nóng bốc lên muốn nổ tung trí não, tôi đưa tay vào túi nơi đựng băng đạn vừa tháo ra khỏi súng, ước gì tôi có được một liều lĩnh. Nó sẽ chết... Nhưng khi tay chạm phải thỏi kim khí mát lạnh đó, tôi thả ra, vì bây giờ, nếu phẫn nộ được bùng cháy, thì không phải riêng tôi mà một trung đội hai mươi bốn người cũng sẽ bùng lên như ngọn đuốc. Chúng tôi chưa kịp rửa đôi giày lấm bùn của chiến trận ngày hôm qua, áo quần mặt mũi còn nguyên dấu vết của bốn ngày hành quân. Vết cháy ở áo thằng Ty tải đạn trung liên, máu ở mặt thằng Thái và tôi, gã trai trẻ nuôi dưỡng thật nhiều hiền hòa trong lòng, ngày hôm qua vừa được chứng kiến những cái chết tức tưởi của một gia đình. Chỉ mới ngày hôm qua. Không thể được, tôi phải nén xuống, phải cất dấu hết giận dữ đang bùng lên như giông bão. Thôi, đi lính để còn lãnh chịu đựng. Nỗi chịu đựng không bờ.

Đoàn biểu tình lại ùa ra, bây giờ dẫn đầu bởi một tu sĩ mang kiếng mát màu xanh nhạt. Đến trước chúng tôi, ông ta ngồi xuống niệm Phật, đám đông làm theo, phần đông không ngồi kiết già được, phải ngồi chồm hỗm. Tôi gặp lại tên ăn bánh mì lúc nãy, một tay chắp lên ngực, tay kia đưa lên mồm để gỡ mẩu bánh dính ở kẽ răng! Tụng kinh xong, ông tu sĩ đứng dậy, đến sát bên tôi yêu cầu mở lối cho đám biểu tình. Tôi lắc đầu. Ông ta năn nỉ. Không được. Mấy bà già người Bắc van xin kêu la khóc lóc, chửi bới để phụ họa...

Đằng sau chiếc mặt nạ chống hơi ngạt, tôi nghĩ thầm: Nếu được giết người trong một lần ở trong đời, tôi sẽ chọn lúc này. Đám đông chửi bới bằng những tiếng tục tằn thô lỗ nhất, chen với tiếng niệm Phật... Danh hiệu của Đức Thích Ca chen lẫn với rác rưởi của trần gian. Ôi khốn khổ cho tôn giáo của tôi. Tôi nhớ cái chết tự thiêu của bà chị con cậu Hai ở Ninh Hòa. Ai bóp nghẹt hơi thở tôi lúc này. Đám đông bắt đầu hỗn loạn muốn đè bẹp lên chúng tôi, một viên đá từ đám đông bay đến đánh mạnh vào ngực của Hạ sĩ Long, tên này la lên một tiếng đau đớn! Bất ngờ hắn đánh báng súng vào ngay mặt một gã thiếu niên đang nhảy choi choi trước mặt.

Tôi ném liền trái lựu đạn khói, cơn phẫn nộ bị nén suốt ngày bùng lên như lửa đỏ, báng súng carbine đánh ngang một vòng trước mặt, có tiếng rú đau đớn. Tôi la lớn... Đánh nữa, đánh cho chết. Một báng súng ngược lại... Xương người chạm vào chất gỗ cứng vỡ dòn trong một niềm thỏa thuê. Trung đội tôi như trong cơn điên của thù hận và phẫn nộ, những người lính lao vào trong đám đông... Tôi ném thêm một quả lựu đạn khói. Chạy! Chúng tôi chạy ngược về phía ngã ba Cao Thắng,

Trần Quốc Toản, khi về đến chỗ đại đội, cởi chiếc mặt nạ... Mắt tôi đỏ hoe, tôi khóc hay lựu đạn làm chảy nước mắt. Ai biết được? Nhưng lòng tôi đang là một biển buồn phiền.

Làm sao tôi biết được trong ngày mãn khóa, đời sống sẵn dành cho người lính ngần này tàn bạo và tủi hổ; nhìn lại những người lính chung quanh, bây giờ họ thật gần gũi, thân thiết. Sau chiến tranh, người lính thấy lạ với hết mọi người của đời sống bên ngoài, họ chỉ còn ngục tù tự nguyện của tập thể để làm thế giới cho tâm hồn phá sản. Tôi đã cột chặt vào thế giới hung bạo, phiền muộn này, tôi đã thành một người lính, nêm cứng với những người lính khác...

- Thiếu úy cho em chạy về nhà một lát – Một người lính trong trung đội đến gần tôi nói nhỏ.

- Lúc này biểu tình lộn xộn, đi đường có việc gì, làm sao tìm ra được.

- Không có đâu thiếu úy, nghe radio *"nhạc đảo chánh"* là em biết liền.

- Ừ, khi nào có *"nhạc đảo chánh"* thì về.

Tháng 8-9/1964.
Nơi Kiến Hòa-Ở Sàigòn.

Hai.
Những người đàn bà...
Nơi Trại 5 Lam Sơn, Thanh Hóa

Rồi anh...
Bưng mặt khóc òa em ơi!
Bùi Giáng.

Một.

Người đàn ông cầm càng chiếc *"xe cải tiến"* trông trẻ hơn hai người đẩy xe, do có đầu tóc dày, sợi dài nhỏ uốn úp vào gáy còn nguyên màu xanh đen, và thân thể vẫn giữ được dáng vẻ rắn chắc của tuổi thanh niên dẫu nét mặt hư hao, áo quần nhàu nát, cũ kỹ. Cũng bởi, anh quá tương phản so với hai người đẩy xe mà ngoại hình, áo quần rách rưới thảm hại bày ra lộ liễu hơn. Người thứ nhất với chiếc cổ cao gầy nhô lên từ tấm áo lính bốn túi của quân đội miền Nam mà nay chỉ còn được nhận kiểu mẫu cũ, bởi phần vải của những chiếc túi đã được lấy đi được đắp lên đệm hai vai, nổi gồ như hai khối u. Và chiếc áo thì vá đụp loang lổ bởi nhiều thứ loại khác nhau, gồm những miếng vải nhựa ni-lông màu vàng, xanh; nơi vị trí hai chiếc túi dưới thì được thay thế bởi hai túi vải bao cát (bao đựng cát xây hầm chống pháo kích của dân cư, quân đội miền Nam trước 1975), chĩu nặng xuống như chiếc bị cói nhàu nát. Người thứ hai mặc chiếc áo khoát màu xanh nhạt, loại manteau của những người nhàn du, sang trọng thường dùng nơi xứ mưa lạnh du lịch Đà Lạt. Nhưng nay, chiếc áo khoát thanh lịch trước kia đã được cắt ngắn, phần vải (bị cắt xén) biến chế nên thành chiếc nón vải che kín đầu và hai tai như chiếc mũ ni của tăng sĩ cao cấp Phật Giáo.

Trước đây, người nầy là một giáo sư Pháp Ngữ nổi tiếng của học giới Miền Nam, và từng giữ chức vụ đại diện chính phủ VNCH tại cơ quan văn hóa quốc tế UNESCO. Cũng nên nói rõ thêm người đẩy xe thứ nhất, ông vốn là một sĩ quan cấp tá chuyên môn cao cấp của binh chủng truyền tin từ thập niên 60, một trong những người đầu tiên tốt nghiệp ngành truyền tin điện tử quân đội tại Mỹ, cũng của Miền Nam, hoặc chung cả nước.

Nhưng số đông người biết đến ông qua tước vị: Danh thủ bóng bàn Miền Nam, đoạt giải vô địch huy chương bạc trước những đấu thủ lừng lẫy thế giới ở lần tranh tài Dortmund, (1959) Châu Âu đưa Việt Nam đứng hạng ba toàn cầu về môn bóng bàn - Chỉ một lần (lần độc nhất) của lịch sử thể thao đất nước, Việt Nam đã đứng vào hàng thượng thặng quốc tế mãi đến hôm nay gần nửa thế kỷ sau. Nay ông được chỉ định nhiệm vụ giúp vị giáo sư kia hoàn thành công tác lao động vinh quang - Đẩy xe *"cải tiến"* - Xe nguyên thủy do bò kéo, nay *"cải tiến"* gọn, nhẹ để con người kéo thay con vật.

Ba người đi ngang qua khu hầm đá vôi... Có dạng con người đang gào cuồng trong đó... Không ai bảo ai cả ba đồng liếc vào, xong nhìn xuống đất im lặng. Họ cảm thấy có tội bởi cách nín lặng bất lực của bản thân. Trước đây, không ai biết người bị giam riêng trong hầm nung đá vôi tên gì, là ai... Năm 1978, từ những trại giam phía Bắc, vùng Hoàng

Liên Sơn chuyển xuống miệt trung du, đồng bằng sông Hồng, Sông Mã, những người tù Miền Nam khi đến Trại 5 Lam Sơn, Thanh Hóa nầy đã thấy người tù kia trong hầm nung đá vôi - Loại đá kết nên tầng nền móng vùng núi đá Ninh Bình, Thanh Hóa - Địa phương có hệ thống trại giam đã một thời nổi tiếng: Trại Đầm Đùn thuộc hệ thống trại Lý Bá Sơ, thành danh "địa ngục trần gian" từ những năm chiến tranh Pháp-Việt (1946-1954). Công an trại nầy đã từng có lời: *"Đá chúng ông còn nung ra vôi. Bọn ngụy chúng mầy xem thử cứng được bao nhiêu!"*

Người bị đưa vào hầm nung vôi kia đã bị đưa thẳng từ Miền Nam ra trại nầy ngay sau Ngày 30 Tháng Tư, 1975. Sau nầy, ban giám thị Trại 5 thông báo chính thức trong một buổi học tập: "Đấy là tên giám đốc nhà giam Chí Hòa, thằng ngụy cực kỳ gian ác, tay đẫm máu đàn áp nhân dân và chiến sĩ cách mạng. Nhưng nay, nhà nước *cách mạng do chính sách khoan hồng nhân đạo*", nặng về giáo dục hơn trừng trị, nên không giết bỏ mà cho vào hầm đá vôi để có *"điều kiện học tập cải tạo tốt"*.

Lý lịch "tên ngụy" được xác định vào buổi học tập khoảng cuối năm 1979 khi người tù miền Nam trong hầm đá vôi đã hoàn toàn hoá điên. Tù nhân đi qua thấy ông ngồi trần truồng trong hầm vôi, đưa mắt đứng tròng nhìn ra ngoài không cảm giác. Ê... ê... Thỉnh thoảng ông gào ghìm những âm, tiếng vô nghĩa, tay cào lên thân, lột từng tảng da loang lổ. Hơi vôi nóng ghim sâu, ngấm vào da, thịt, biến người ông thành một đống thịt đỏ, xám bầy nhầy như con tôm lột vỏ. Hôm nay, bên ngoài trời mùa đông Miền Bắc xám đục giá rét, nhưng bên trong hầm vôi con người trần truồng kia dường như đang bị nung sôi giữa khối hơi bỏng rát, cào xé. Ê...ê... Người cầm càng xe cải tiến lén lút đưa bàn tay ngoắc ngoắc xót thương...

Âm động một xe (cải tiến) khác tiến tới sau lưng với tiếng gào kêu đe dọa... *Nào... nào... mấy thằng ngụy đứng lại bà bảo!* Xe thứ hai (được kéo và đẩy bởi ba cô gái trẻ) xáp tới gần... Dẫu với chiếc áo tù vải thô màu xám vá đụp và khối tóc khô se vén ngược cột cao ở đỉnh đầu, ba cô gái vẫn còn nguyên vẻ đẹp sắc xảo của tuổi trẻ, dáng dấp thanh xuân. Cả ba đồng đi chân đất, cổ chân đầy, màu da trắng nổi lộ bởi ống quần màu đen rách lai tơi tả... Ông giáo sư thân mật, ấm giọng hỏi nhỏ (phần râu tóc bạc trắng, và do số tuổi lớn cho ông cảm giác có khoảng cách an toàn đối với các cô gái mà ông ước chừng độ tuổi con, cháu) ...

- Chào cô Thái Hòa, các cô chở sắn về nhà bếp trại phải không?

Cô gái đẩy cánh phải chiếc xe (song song cùng chiều với ông giáo sư) vừa được gọi tên Thái Hòa tỏ vẻ ngạc nhiên thích thú... *Mầy biết tên "bà" ấy à?* Ông giáo thoáng ngạc nhiên trước trả lời xưng hô đối đáp, xong vẫn giữ thái độ tự nhiên, làm như không để ý...

- Chúng tôi bên nầy biết cô, vì hôm liên hoan Mồng 2 Tháng 9 vừa rồi có xem cô trình diễn vở nhạc kịch ở sân khấu trại. Cô dựng nhạc kịch hay lắm... Ông giáo tỏ lời khen ngợi, lấy lòng cô gái, cốt qua câu chuyện.

- Đấy là nhạc kịch *Cách Chim Mặt Trời*, đề án tốt nghiệp phó tiến sĩ biên đạo vũ của bà đấy. Bọn giám hiệu người Bun-ga-ry ở đại học Xô-phi-a khen bà suốt!

Ông giáo sư ngỡ ngàng, bối rối do cách xưng hô, nhưng vẫn cố đẩy đưa...

- Cô giỏi quá, nếu ở miền Nam, cô là giáo sư trường quốc gia âm nhạc đó. Tôi đã dạy ở đấy nên biết qúy tài năng hiếm hoi của những người như cô.

- Tài cái đéo! Cô gái đẩy xe bên mé trái tru tréo... Nó chỉ được tài *"phọc phạch"* thôi lão già ơi... Mã mẹ mầy, phó tiến sĩ với chả biên đạo vũ, để có được đồng bạc ăn bát phở là biến ngay vào chỗ đại sứ quán kiếm mấy thằng chuyên gia Liên Sô để tuột quần, nằm ngữa, lăn đùng ra! Mầy *"đụ vải"* thì có chứ *"đạo vũ"* gì! Bà đây tốt nghiệp ưu hạng nhạc viện Mát-xcơ-va mà chúng còn tống vào đây vì một tội giời ơi do con mụ vợ thằng thủ trưởng đoàn văn công trung ương dựng chuyện, đến nỗi bây giờ... Một con buồi cũng không có! Đéo mẹ cái chế độ khốn nạn! Cô gái vừa chửi vừa dậm chân xuống đất, đập tay lên khối sắn để làm mạnh thêm lời nói, trò vui.

Cô gái cầm càng xe cười rũ... Ơ hay, chúng mầy điên đấy phỏng, cần đòi chúng nó cái gì thì nói mẹ nó ra, chứ làm sao phải khai lý lịch biên đạo vũ với lại là tốt nghiệp nhạc viện?! Cô đi sát gần với người đàn ông kéo xe, dóng dả... Nầy, mầy có thuốc lào không, cho bà một bi! Cô đưa đầu ngón tay trỏ để ước tính độ lớn của bi thuốc lào. Rút kinh nghiệm qua câu chuyện giữa ông giáo sư và cô phó tiến sĩ, người cầm càng xe đáp gọn: Tôi không có thuốc lào. Và anh chuyển tốc độ như chạy, bứt khoảng cách xa xe ba cô gái. Bên nầy cô gái cầm càng xe không chịu nhường... Ê... ê ngụy... thằng ngụy... Mầy có đứng lại không nào, không thì bảo. Đứng lại... nầy đứng lại nghe bà chửi!

Người cầm càng xe cố chạy nhanh, nhưng hai người đẩy xe nài nỉ... Anh Nhân... anh Nhân đi chậm lại xem họ nói cái gì? Nói gì, chúng nó chửi vào mặt như thế chứ nói gì. Tôi phải nhịn đến đây thì quá sức rồi. Anh vốn là một tiểu đoàn trưởng Biệt Động Quân lừng lẫy của vùng đồng bằng Sông Cửu Long, lên lon trung tá mặt trận từ năm 1972. Ông giáo sư rên rỉ... Khổ thật! Khổ thật! Và như một phản xạ khi nguy khốn, ông cho tay vào túi chiếc áo choàng nắm chặt chiếc Thánh Giá bằng gỗ khắc chạm từ ngày vào tù nơi Miền Nam. Cách tự bảo vệ, an ủi mỗi khi gặp tình huống ngặt nghèo suốt bao năm nay.

Cô gái cầm càng xe thứ hai đã theo kịp chiếc chở lúa của ba người đàn ông, cô hét lớn qua hơi thở dồn... Tiên sư bố mầy thằng ngụy nhá... Bà đây chỉ mỗi tội bán dâm còn chúng mầy là đồ bán nước... Bà chỉ hỏi xin mầy tí thuốc lào bằng đầu đũa như thế nầy nầy mà chúng mầy bần tiện không cho bà (cô dứ dứ ngón tay trỏ vào mặt viên trung tá Biệt Động).... Mầy bán nước được khối tiền của Mỹ giả cho mầy! Thế mà... thế mà chỉ mỗi bi thuốc lào bà hỏi mầy lại không cho. Tiên sư bố chúng mầy bọn đàn ông, thằng bí thư đảng ủy công đoàn bần tiện, đéo xong cũng chỉ thí cho bà năm hào đủ ăn bát bún riêu... Mã mẹ thằng ngụy... Đồ bán nước!

-Tôi không có thuốc lào. Thế thôi. Anh trung tá Biệt Động bỏ con lộ đá rẽ nhanh vào khu nhà kho chứa lúa.

...Tiên sư bố chúng mầy... đồ bán nước... Bà đây chỉ bán dâm... Từ trên đường cái ong óng tiếng chưởi chen lẫn giọng cười và lời tán thán nồng nhiệt... Chế độ khốn nạn không có đến con buồi! Tiếp lời hát lanh lãnh vút cao với kỹ thuật điêu luyện dần vọng xa... Hà Nội đó niềm tin yêu hy vọng... Của núi sông và của mai sau...

Hai.

Khu chứa lúa Trại 5 Lam Sơn vốn là Chủng Viện Công Giáo Xã Lam Sơn (nơi vị anh hùng Lê Lợi dấy binh chống quân Minh xâm lược Thế Kỷ 15), Huyện Thiệu Yên, Tỉnh Thanh Hóa. Chắc rằng người cai quản giáo xứ vùng Thanh Hóa thế kỷ trước đã có ý hướng muốn lưu giữ nơi địa danh lịch sử nầy dấu ấn của Đức Tin - Nguồn lực vô hình siêu việt đã gián tiếp hiện thực nhiều lần với Lòng Yêu Nước của Người Dân Đại Việt qua bao thế kỷ - Tất cả kết nên biểu hiện về đời sống tinh thần của một dân tộc biết qúy trọng Nhân Nghĩa, bảo vệ giá trị Tâm Linh.

Sau 1954, tất cả di tích, cơ sở tôn giáo toàn vùng đồng bị hủy hoại. Thật ra, chúng đã bị bốc dỡ từ sau lần chiến tranh bùng vỡ, 19 Tháng 12, 1946 theo *"kế hoạch vườn không nhà trống"*, dẫu vùng Thanh Hóa đã là An Toàn Khu suốt giai đoạn chín năm chiến tranh Việt-Pháp 1946-1954. Người cầm quyền cộng sản nại lý do yêu cầu của chiến tranh giành độc lập đã ra tay tàn phá toàn bộ di sản vật chất, tinh thần của đời sống, sinh hoạt, văn hóa làng xã, luân lý cổ truyền, tôn giáo nói chung và của cộng đồng công giáo nói riêng.

Thánh Giá, tượng hình chư Thánh đúc bê-tông cốt thép, những cửa gỗ đền thờ kiên cố, băng ghế cầu kinh, bệ bàn thờ... đồng "được" xung công xử dụng làm nền, cột chống, tấm che chắn... của những công sự chiến đấu trong giai đoạn chiến tranh. Khi hòa bình tái lập 1954, chúng trở thành vật dụng *"xây dựng xã hội chủ nghĩa"* ở Miền Bắc. Thế nên, khi đến đây sau 1978, những người tù Miền Nam nhận ra những khối tượng vật thể linh thiêng, cao quý kia nơi những hầm chứa, ủ phân, kho thóc...

Chiếc xe chở lúa do ba người kéo, đẩy lăn chậm vào một lối đi lót đá tảng giữa hai hàng cây sứ khô cằn lạnh lẽo. Trước đây, những dãy nhà dọc theo lối đi là nhà nguyện hoặc nơi trú ngụ của các chủng sinh, nay chỉ còn trơ lại mái che (lợp ngói âm dương theo kiến trúc xây dựng cổ truyền) phần lớn đã sụp vỡ, và hàng cột ngã nghiêng hư hỏng do những khối đá xanh lót chân cột đã bị nạy lấy đi. Ông giáo vốn người ngoan đạo, mạnh mẽ đức tin, liên lũy cầu nguyện đưa mắt ưu phiền nhìn lên nóc khu nhà loang lổ, sụp vỡ, vá víu... Ông thấy ra dạng hình Thánh Giá trên nền trời mờ đục. Viên trung tá Biệt Động rà xe vào sân khu chứa lúa. Có hình người ngồi rũ trên sân gạch, đầu tóc dài che khuất mặt và phần lưng chiếc áo field jacket màu đất sét vàng, nâu của lực lượng Cảnh Sát Dã Chiến Miền Nam.

- Bà Được...Chị Được... Cho chúng tôi nộp lúa. Viên trung tá Biệt Động tên Nhân chủ động lật ngược càng xe, ra vẻ đã quen người, quen việc.

- Gì! Người ngồi rũ ngửng mặt lên, vén mái tóc khô

xạm, quăn queo, rối rắm. Da mặt nhăn nhúm, tia nhìn vô hồn, khô rốc...

- Chúng tôi bên phân Trại D (phân trại tù sĩ quan người Nam) đến nộp lúa. Người tên Nhân giải thích. Anh điều chỉnh... Chúng tôi đến nộp thóc của đội nông nghiệp bên phân Trại D... Bà, chị... chỉ cho chúng tôi đổ nơi đâu?

- Thối... Bà với chị?! Người đàn bà nhếch mép chế diễu. Ba người đàn ông đưa mắt nhìn nhau ước định tình thế. Sau cùng, người tên Nhân nhắc lại thêm một lần... Chúng tôi thuộc đội nông nghiệp bên phân trại D đến nộp thóc... Chị cho biết xuống lúa nơi đâu. Anh nhấn mạnh danh từ "*chị*", tỏ vẻ nghiêm chỉnh

... Lại chị nữa... Rõ nỡm! Người đàn bà cao giọng với cách vui vẻ chứ không tỏ ý phiền trách. Ba người vẫn chưa hiểu hết ý nghĩa tiếng lời ngắn ngủi từ người đàn bà, phần do "tai nạn" vừa xẩy ra với ba cô gái trên đường đi, nhưng họ cảm thấy có phần "tin cậy" nơi "đàn bà lớn tuổi" nầy (ước đoán cùng chung độ tuổi với họ) qua cung cách, âm nói được đánh giá "không đến nỗi".

Người đàn bà chỉ tay vào một góc sân dưới mái che... Đấy, cho xuống nơi ý. Nhưng này, đừng "bà" hay "chị" nữa nhá!

- Thì chúng tôi đã ở trại nầy hơn hai năm rồi, cũng đến nộp thóc nơi đây mấy mùa, biết "chị" vài lần... Viên trung tá Biệt Động thoáng ngần ngừ trước từ "chị" (do lời gióng trước của người đàn bà), nhưng làm ra vẻ không để ý khi trút đống lúa nhánh xuống sân.

...Rõ khỉ chửa... Đã nói đằng ấy đừng gọi "chị" gì gì nữa... Người đàn bà trở lại nhắc nhở với giọng thân mật.

- Thế thì cô ở đây đã bao lâu. Ông giáo sư chen vào với chữ "cô" khôn ngoan, hợp lý,

- Hai-mươi năm rồi đấy!

Trời đất! Ba người đàn ông cùng kêu lớn không kìm giữ... Vậy, vậy cô đi tù từ năm nào. Viên trung tá vượt qua ranh giới ngăn cách do tác động bởi nỗi khổ gớm ghê của *"hai-mươi năm tù"*.

...Ối dào. Kể làm gì... Năm ý, năm ý tớ mười-tám tuổi! Mà đằng ấy có thuốc lào không cho tớ mấy bi?

Nghe đến chữ "thuốc lào" cả ba ngần ngại nhìn nhau. Cuối cùng, viên thiếu tá, danh thủ bóng bàn quốc tế góp lời... Chúng tôi người Nam không hút thuốc Lào, nhưng nếu mai trở lại đây nộp lúa, chúng tôi sẽ biếu cô mấy điếu thuốc lá,

- Thuốc "thẳng" hả? Người đàn bà vụt trở nên mau mắn như thể đã cầm được điếu thuốc.

- Vâng, chúng tôi sẽ biếu cô mấy điếu thuốc lá làm từ trong Nam. Chúng tôi giữ lời.

- Thuốc thẳng có cán nhé... Hết ý! Em cám ơn các bác. Người đàn bà như đang đắm chìm trong hoan lạc với khói thuốc lá. Cô trở nên sinh động, tươi tỉnh, đằm thắm... Đời em nó không ra gì các bác ạ...

...Mà... mà việc gì đến nỗi phải hai-mươi năm? Gần hết một đời người... Con gái tôi cũng gần bằng tuổi cô. Ông giáo bùi ngùi thương cảm.

...Chẳng là... Chẳng có sự gì sất. Người đàn bà bắt đầu câu chuyện, giọng tỉnh táo, đều đều...

... Năm ấy, Đỗ Thị Được, mười-tám tuổi, người dân tộc Mường thuộc Huyện Cẩm Thủy, Thanh Hóa đầu nguồn Sông Mã được chỉ định vào tổ chăn nuôi của huyện do khả năng có thể lội xuống ao sâu suốt buổi sáng mùa đông để vớt bèo lên băm cho đàn vịt của hợp tác xã. Cô hai lần được đề nghị, bình bầu là *"Chiến sĩ thi đua lao động xuất sắc toàn huyện"*; nên đang là đoàn viên thanh niên, cô đã được động viên để trở thành *"đối tượng kết hợp đảng"*. Khi đứng nhận lãnh cuốn sổ tay và tấm khăn hồng do đại diện hội phụ nữ trao tặng, Được có mối xúc động gây đỏ nhừ khuôn mặt dày rộng. Cô có cảm giác từng sợi chân tóc ứa đẫm mồ hôi. Dẫu không hiểu lời của chị hội trưởng hội phụ nữ. *"Phấn đấu công tác tốt. Huy động mọi phương tiện. Tranh thủ mọi điều kiện. Tận dụng mọi khả năng. Khắc phục mọi khó khăn.... Để tiến tới một mùa bội thu trong mặt trận nông nghiệp, chăn nuôi, yểm trợ tiền tuyến, hạt gạo cắn làm đôi, nuôi Miền Nam ruột thịt đang rên xiết dưới gông cùm của bọn Mỹ Ngụy."* Được cũng như không rõ chiếc khăn hồng và cuốn sổ tay dùng để làm gì, bởi cô không có nhu cầu với hai quà tặng kia. Được không biết chữ, cũng không hề lau mặt với một chiếc khăn. Nhưng cô nhất quyết trở nên *"đối tượng kết hợp đảng"* qua hoàn tất công tác buổi sáng trầm mình xuống ao sâu vớt bèo, xong ngồi băm đủ cho bầy vịt mấy trăm con. Vịt là tài sản xã hội chủ nghĩa, của nhân dân - Nhân dân lao động. Mấy chữ nầy giúp Được loáng thoáng hiểu: *Nhân dân chính là mình.* Nhưng cô có thắc mắc... Sao ban quản lý hợp tác xã thỉnh thoảng lại bỏ vịt vào bu, đem lên văn phòng ủy ban nhân dân huyện, mà bản thân mình không hề được ăn thịt vịt? Cô chỉ có ý nghĩ mơ hồ như thế thôi vì không đủ sức để đặt vấn đề *"khẩn trương"* hơn.

.... Cho đến buổi sáng hôm ý. Được tiếp tục câu chuyện... Hôm ý, giời cũng vào đông như hôm nay, mãi đến trưa mới từ ao lên, do sớm phải đi đồng kéo thay con trâu của hợp tác vừa ngã chết tối hôm trước vì rét, em ngồi băm đến vã mồ hôi mà lũ vịt thì kêu nháo nhào ngoài sân vì đói... Rồi chẳng hiểu từ đâu *"thằng ý"* lù lù đi vào...

- "Thằng ý" là thằng nào? Anh sĩ quan Biệt Động hỏi gấp, do thấy ra phần mở đầu bi kịch câu chuyện.

- Thì thằng chồng em ý mà. Nó là thằng chăn vịt, trên bố trí nó kết hợp với em để thực hiện khẩu hiệu... *Ba đảm đang. Ba sẵn sàng. Ba xây. Ba chống!* Bởi nó bị bệnh gì gì từ bé nên hai chân teo lại, quặp vào với nhau, cái đầu buổi thì nhỏ bằng của thằng bé con. Nó khỏi phải đi B (Đi Nam), ở nhà bố trí vào đội sản xuất với em... Trên bảo như thế nó là đúng *"tiêu chuẩn của đối tượng kết hợp"* để khỏi có con gây tiêu cực công cuộc giải phóng miền Nam! Được kể tiếp giọng sôi nổi, chen phần công phẫn như đang bị oan ức! Vừa lết vào thì nó làm như ông giời con, hét tướng lên... Nầy, cái con trây lười lao động kia... Sao mầy không khẩn trương chấp hành lệnh trên cho vịt ăn cho đúng giờ, đúng chất lượng... Mầy mà không chấp hành công tác tốt thì tao nhất trí báo cáo lên trên buộc mầy sửa sai, để đạt, vượt chỉ tiêu như trên đã đề xuất! Nếu mầy cứ tiếp tục công tác tiêu cực như thế nầy thì tao sẽ đề nghị chi bộ lấy lại khăn hồng và sổ tay của mầy... Tao là ủy viên kế hoạch giữ sổ chấm công của mầy cơ mà?!

Đến nước nầy thì em không chịu nổi nữa. Thế là, thế là sẵn con dao trong tay, em hươi một nhát. Nó ngã ra chết tốt. Giọng Được dứt khoát, mạnh mẽ!

...Anh ấy chết như thế rồi cô tính sao? Ông giáo sư rúng động.

- Hỏi rõ thối. Thì nó cứ nằm đó mà chết chứ sao! Em còn bao nhiêu việc... Vịt thì đang kêu nháo cả lên!

- Rồi sao nữa? Ông danh thủ bóng bàn nhìn xuống bàn tay của mình và bàn tay người đàn bà...

...Thì em cứ tiếp tục băm bèo... Rồi, rồi... bố nó ở đâu vác xác về, thấy thằng ý nằm như thế, ấy là lại la toáng lên, định bỏ chạy ra cơ quan... Em phóng theo, cho ngay một nhát. Lão già ngã xuống, máu phun ra có vòi... Đã nói, em đang sẵn con dao trong tay mà nó lại cứ hét um lên tưởng làm em sợ. Em chả sợ cái gì sất!

...Rồi sao nữa? Ba người đàn ông xem chừng như kiệt lực, dẫu viên trung tá Biệt Động vốn dạn dày chiến trận. Được hạ giọng kết luận... Trở vào, thấy bèo vẫn còn thiếu, sẵn cái chân cong queo của thằng ý, thế là em véo vào băm luôn... Cho vịt ăn no, em cắp dao lên cơ quan báo cáo xong công tác. Và đi tù từ ngày ấy đến nay. Các bác nhớ cho em mấy điếu thuốc nhá. Thuốc thẳng có cán. Hết ý!

Nhớ lại qua lần tử/sinh,
Nơi Colorado, và Tsunami để hiểu Sự Ác có thật.
(26/12/2004)

Ba.
Đứa bé chết
trên dòng sông quê hương

Chuyện kể theo nhạc và lời
"Thằng Bé Tát Dầu" - *Phan Văn Hưng,*
nghe trên Xe Đò Hoàng Nam-Bắc Cali.

Hai đứa bé không kịp nhìn ra cảnh sắc huy hoàng khi Sàigòn vừa lên đèn. Ánh điện từ cơ xưởng hải quân chạy dài theo bến cảng, nhấp nhô, long lanh trên những tầng lầu, hiện rõ dần khi màu nắng vàng nâu trôi chậm về phía biển và bóng tối bắt đầu loang lạnh dòng sông. Từ Thủ Thiêm, hai đứa nhỏ nương bóng tối, vượt qua sông, hướng phía rạch Thị Nghè, nơi con sông quành một khúc cong rộng, nhập với dòng Đồng Nai trước khi đổ ra biển.

- Mình đi thế nầy có sớm không Hai? Đứa nhỏ âu lo hỏi anh theo nhịp thở, khi cố rướm mái chèo đưa con thuyền gối lên lườn sóng đang mỗi lúc mỗi mạnh, bởi ngược dòng triều cuồng cuộn chảy ra biển.

- Không đâu. Giờ nầy lính gác thường không để ý, họ đang mắc ăn nhậu. Đi khuya hơn, dễ bị lính thấy vì lúc đó không còn ai trên sông, người lớn lúc đó cũng tới bộn, mình con nít làm sao chen vô... Thằng anh bỏ dở câu nói, nhắc người lên khỏi sàn thuyền để dầm xuống tay lái bị giật ngược, vì có chiếc thuyền sắt lớn đang đi qua. Bóng tối âm u của thân tàu làm thẫm thêm màu đêm trên sông đen.

- Hai à. Đứa em lại mở lời. Nó nhận ra có điều gì bất ổn giữa nỗi im lặng se sắc nầy.

- Đừng nói nữa, tao đang kẹt tay lái, mầy không thấy sao... Hỏi miết! Thằng anh cao giọng tỏ ý bực dọc. Nhưng khi chiếc thuyền đã trôi xuôi theo nếp sóng, nó nhận ra qua bóng đêm, thân hình nhỏ yếu gầy gò của đứa em đang lay lắt chuyển dịch, lòng nó dâng lên mối xúc động bùi ngùi... Tội nghiệp, má mất từ lúc nó còn nhỏ, và thằng cu vừa chập chững biết đi. Và cảnh tượng khi nó trở về từ Chợ Cầu Ông Lãnh, hai đứa em ngồi co quắp thoi thóp bên cạnh thây người vừa qua cơn hấp hối.

Người mẹ nằm lật ngửa trên đống vỏ dừa xập sùi lớp rác bùn nhơ nhớp, mắt đứng tròng ngầu đục chống ngược nhìn lên gầm cầu rung rinh dưới sức nặng của đoàn xe tải, xe ba gác, khối người đang chuyển dịch gào động bên trên. Khi kéo hai thân thể nhỏ bé hôi hám ra khỏi vùng người chết, nó nhìn xuống mắt người mẹ đang mở trừng trừng khô rốc... Má chết nghe má! Không một tiếng khóc, kể cả nó, dù đã đủ trí khôn để hiểu nỗi đau lần mất mẹ.

Mỗi chiều chèo thuyền qua sông, nhìn về miệt rạch Bến Nghé, khi nhớ lại chuyện của năm qua, nó có cảm giác như vừa, mới... đang xảy ra! Nó luôn thấy nặng nặng phiền phiền trong lồng ngực. Ngày nó mười-bốn và đứa em nầy lên bảy.

- Móc được dầu khá khá, mầy muốn Hai mua cho mầy cái gì? Nó hỏi em thắm thiết, lòng trùng lại bởi mối xa xót thương yêu... Tội nghiệp, thằng nhỏ có bữa nào được no đâu! Nó thương em bởi hằng hiểu cơn đói luôn quặn thắt trong thân.

- Em không muốn gì trơn. Chỉ muốn có má thôi... Còn má thì cái chi cũng có. Hai không nhớ lần má cho mình ăn bún nước lèo há! Đứa em trở lại sinh động, phấn khởi làm như thể đang được ăn món ngon kỳ lạ kia và người mẹ ngồi nhìn con tươi vui rạng rỡ.

- Mầy nói vậy, còn ba thì có nhiều thứ hơn nữa. Giọng thằng anh trở nên khàn đục như đang phải nuốt một thứ gì đắng, cứng, quá khổ.

- Em đâu biết, mà ba làm gì, ba đâu rồi, sao ba không ở với má và anh em mình? Thằng em dò hỏi. Quả thật, đã từ lâu nó không nghe, biết về người cha.

- Mầy biết vậy thôi, khi nào lớn lên tao nói cho nghe, mà thôi, cũng không nên. Thằng anh chấm dứt câu chuyện. Nó trở nên nghĩ ngợi, bởi thật sự cũng không muốn nhớ cảnh tượng buổi sớm mai hôm đó.

...Người lính đứng giữa đám nhà doanh trại đang bốc cháy, tay anh cầm chắc một cây súng, lưng, vai đeo đầy giây đạn và hai khẩu súng khác. Toán lính vừa bắn vừa lùi dần về sau những căn nhà trại gia binh... Đám đàn bà và con trẻ nháo nhác, những viên đạn pháo nổ chụp, một vài cơ sở bốc cháy... Mầy chạy đi, dẫn dùm vợ con tao ra Cổng C, tao với mấy đứa tiểu đội 2 giữ chốt nầy, không cho tụi nó vào bộ tư lệnh! Ba nó hét những lời hỗn độn với những người lính chạy lố nhố chung quanh.

Người mẹ quỳ xuống van nài... Mình mình, mình đừng bỏ mẹ con tui. Mình đừng bỏ mẹ con tui... Má nó day day cánh tay ra hiệu cho nó chạy đến ôm chầm lấy người cha... Hai đứa em nhỏ vùng vằng, khóc ngất. Ba nó gầm gừ... Má nó với mấy đứa nhỏ chạy ra cổng đi. Tui không bỏ đi đâu hết, cứ chạy xuống chỗ Nhà Thờ Ba Chuông ở tạm. Ba nó chạy đến sau những thân cây keo cùng những người lính khác. Đầu cổng chính Trại Hoàng Hoa Thám, lối vào Bộ Tư Lệnh Sư Đoàn Nhảy Dù, chiếc xe tăng xoay nòng súng dò tìm độc ác... Viên đạn nổ bùng. Những xác người bay bay... Mình ơi!! Má nó gào ngất! Má...má! Nó cũng kêu khản tiếng thất thanh bất ngờ. Đứa bé em bế trong tay ré khóc.

Chiều nay qua sông giữa màn đêm, thằng bé thấy lại lửa và cảnh má nó quay cuồng bên xác người cha vừa bị bắn tung xé bay mù. Thằng bé hằng sống cùng lửa - Lửa của mỗi ngày. Lửa qua mỗi đêm - Dẫu nó không biết tại sao, do đâu, là gì?! Đêm nay, nó thấy lửa bùng lớn hơn bao giờ hết. Vừa rồi, khi gắt em chính là lúc nó đang ngột thở bởi hình như lửa đang sát cạnh, nóng ran tự trong thân...

Sắp đến chỗ rồi mầy, đừng nói gì nữa. Thằng anh chuyển lệnh cho em. Âm tiếng lạnh lẽo. Nó nuốt vội chút nước bọt bởi miệng nhạt đắng, khô khan. Chiếc ghe nhỏ len dần vào giữa những thân thuyền cao, đen, nằm lặng lẽ như những con vật khổng lồ no mồi say ngủ. Bây giờ, chỉ còn đứa lớn chèo sau lái, thằng em đã sẵn chiếc thùng ni-lông trong tay, nó chồm ra khỏi thành ghe, nghiêng hẳn nửa người nằm ngang trên mặt nước, vục nước từ giữa hai thân tàu chở dầu nằm ụ.

Đây... đây, Hai... Thằng bé em múc vội một bình ni-lông nước, vục tay áo, đưa lên mũi ngửi ngửi... Đúng rồi Hai, em thấy như là dầu nguyên xi. Đứa anh vội vàng... Mầy nhảy qua múc đi, đợi gì nữa. Khi nào mệt, qua giữ lái để tao thay. Tiếng phì phọt múc dầu đều đặn chen lẫn hơi thở dồn dập của đứa bé đang trong cơn căng thẳng. Thỉnh thoảng có lời xúyt xoa tiếc rẻ... Nhiều quá, dầu nhiều quá, biết vậy mình mượn cái ghe bác Bẩy, múc được nhiều hơn, chắc họ mới xả buổi sáng. Khi đứa anh bắt đầu thay em, vì chiếc ghe chỉ còn di động đong đưa do thân đã bị mắc vào cạnh một xà-lan rộng, nên đứa em chỉ cần nắm giữ những vỏ bánh xe dùng làm phao cấp cứu gắn hai bên sườn. Thằng em rảnh rỗi, khơi chuyện, nói lời vui...

- Vừa rồi, Hai hỏi em có muốn ăn gì phải không?
- Ừa, cho mầy nói đi.
- Không, em không cần, nhưng nếu mình bán được dầu, có tiền, mình mua cho thằng út hộp sữa, từ ngày má chết, nó có được ai cho bú đâu, Hai chịu không?
- Được, để tao coi. Đứa anh trả lời mơ hồ, phần vì bận việc, nhưng quả thật, trong lòng đang có điều mơ hồ thấp thoảng âu lo. Khi cúi mình trên dòng nước đen hăng hắc hơi dầu, nó ngửi thấy mùi khói và lửa ngọn bùng bùng rực đỏ đâu đây.

Bộ đội Trịnh rút điếu thuốc cong queo từ trong túi áo... Ba số nhá, thuốc thằng ba số đấy! Anh ta đi đến dưới trụ đèn, nhìn rõ hơn những giòng chữ nhỏ màu xanh in trên giấy cuốn điếu thuốc. Anh không đọc hiểu, nhưng thật sự cũng chẳng cần thiết... Ba số, ba số, thuốc thằng có "cán" giấy vàng... Trịnh lẩm bẩm khi nhìn vào hàng chữ số "555" và khúc đầu lọc bọc giấy kim loại màu vàng... Chiến thật, đéo mẹ tụi đế quốc phí thật, giấy kim loại đắt đến thế mà chúng dùng chỉ để làm thuốc cán!

Anh ta hân hoan khi so sánh với những điếu thuốc bọc giấy bạc của Hà Nội, những thứ thuốc giành cho cán bộ cấp cao... Thăng Long, Điện Biên... Chẳng làm sao bì được với "thằng ba số" nầy! Anh nhẹ kéo giây tim chiếc hộp quẹt nhôm màu trắng. Phải làm thế nào để không phải bật quẹt lần thứ hai, mùi xăng bốc lên sẽ làm hư thuốc. Anh cẩn thận, chuẩn bị tỉ mỉ trước khi trịnh trọng mồi điếu thuốc.

Bộ đội Trịnh tì người trên lan can tàu, nhìn xuống dòng sông, rít dài hơi tận hưởng khoái lạc khi thân thể mở ra, đầy ắp khối lượng khói thuốc thơm lừng. Anh đưa mắt nhìn nơi xa, bên kia sông, dãy nhà lốm đốm đèn đỏ trước khi xoay vòng phía sau... Thành phố rực sáng như tập trung hết nguồn điện của tất cả đế quốc, Mỹ-Ngụy có được... Gớm, sao chúng phí điện đến thế! Anh hằng có cảm giác kinh sợ thán phục chen lẫn giận dữ mỗi khi nhìn vào sinh hoạt của người, sự việc hằng ngày xảy ra nơi miền Nam, ở Sài Gòn (anh luôn *"nghĩ Sài Gòn"* thay vì *"nói Thành Phố Hồ Chí Minh"*). Giải phóng rồi chúng còn thế, không biết trước kia "phồn vinh giả tạo" chúng nó ra làm sao? Chính bọn ngụy chúng nó phí phạm thế mới làm "ngoài ta" khốn khổ, chứ không ai vào đây tất! Trịnh hằng kết luận như thế cùng đồng ngũ và chính bản thân!

Bỗng bộ đội Trịnh la lên tiếng sững sốt lẫn phẫn nộ khi nhìn xuống giòng sông, khoảng giữa những thân tàu dầu, dạng hai đứa bé đang trên con thuyền chòng chành, xô đẩy bởi dòng chảy dồi sóng chuyển dịch do vài con tàu chung quanh rời bến. Và tai họa thực sự xẩy ra... Điếu thuốc rời khỏi môi rơi xuống... Chấm tàn đỏ bay ngoằn ngoèo trước khi mất hút trên vùng nước đen. Bộ đội Trịnh gầm rú... Địt mẹ... ông giết chúng mầy! Anh giật khẩu AK trên vai xuống với động tác quyết liệt, mạnh mẽ. Bộ đội Trịnh nhắm vào lỗ chiếu môn, đỉnh đầu ruồi, đầu nòng súng... đến dạng thân thể người. Chiếc nón cối rơi tung xuống đất. Mặc! Anh nghiến chặt răng. Bóp cò. Tràng đạn nổ ròn ba nhịp...

... Chết rồi Hai ơi. Họ thấy mình rồi... Chèo đi, chèo lẹ đi! Không ai bảo ai, hai đứa bé đồng cuống quýt, thằng em nhảy vội về thuyền. Những cánh tay gầy, yếu vung tròn, chuyển động dồn dập, tới tấp... Mau lên, mau Hai ơi, mau lên... Những viên đạn vạch đường đỏ đuổi theo. Bộ đội Trịnh bóp cò lần thứ hai. Bộ đội Trịnh bóp cò lần thứ ba... Những đầu đạn rơi xuống nước, xé tung gỗ sườn ghe, và ghim im đâu đó nơi thịt da đứa nhỏ. Thằng anh gập nửa thân người ngang be thuyền, mặt úp xuống nước... Trên vũng đen im xao động nó thấy lửa! Lửa phần phật, chập chờn như buổi sáng cuối cùng với cha nó... Hai ơi... anh ơi.... Hai đừng chết bỏ em... Tội em! Đứa bé em muốn kêu lên như thế, nhưng bởi nó đã thật sự kiệt sức khi chiếc ghe thoát được ra giữa dòng sông.

Chung quanh... Sông Sài Gòn, đoạn chảy qua xưởng Ba Son im lặng biền biệt trôi...

Để nhớ,
Tháng 10,
Một lần của Miền Nam (26/10/1955-2005)

Bốn.
Hai người đàn bà trong Tiết Thanh Minh

Dẫn Nhập

Sau thời soạn thảo chương trình dài hạn *Theo Cùng Mệnh Nước Nổi Trôi* cho đài Truyền Hình SBTN, chương trình căn cứ trên những sự kiện chính trị-quân sự quan trọng xẩy ra tại mỗi thời điểm của những tháng năm không thể nào quên suốt lịch sử dân tộc. Chương trình đã kết thúc vào năm 2012, nhưng tôi có ý nghĩ số đông Người Việt sau kỳ khổ nạn chiến tranh tưởng chừng như bất tận, từ những ngày xa xôi thuộc thập niên 40, 50 của thế kỷ trước, chắc đã nhận ra thân phận oan khốc mà mỗi người trên quê hương điêu linh.

Mối đau của mỗi một người chứa đủ phần chung của cả dân tộc. Nỗi Đau Việt Nam không từ bỏ một ai. Thế nên năm nay (2023), sau 48 năm tính từ 1975, người viết thêm một lần tiếp tường trình về thân phận mỗi người Việt trước và sau cuộc chiến. Tuy cuộc chiến dẫu chấm dứt từ ngày quá xa, tiếng súng không còn, nhưng khổ nạn vẫn mãi chập chùng vây chặt, cụ thể với khối người Việt hiện nay dưới một chế độ gọi là xã hội chủ nghĩa ở quê nhà.

Thế nhưng, người Việt Nam vẫn tiếp tục tồn tại. Người Việt tồn tại từ và bởi nguồn lực sống động mạnh mẽ - Nguồn

Lực Thương Yêu. Câu chuyện sau đây kể về hai người đàn bà - Vợ của những Người Lính hai bên đã không về sau cuộc chiến vừa qua.

Một.
Lửa Quảng Trị

Trong căn hầm tối nhờ nhờ mờ đục đào sâu dưới đất vùng đồi dương liễu khu Nhà Thờ La Vang, Tỉnh Quảng Trị, Trung Sĩ Phan Tâm thầm thì tiếng nhỏ với viên Thượng sĩ Thường Vụ Tiểu Đoàn 18 Thủy Quân Lục Chiến: "Ông thầy nói giùm với "ông Đại" cho tôi về lại với đại đội I." Tại sao? Thường Vụ Lý tròn xoe cặp mắt đứng tròng nóng rực những tia gân đỏ do thức khuya và mệt nhọc, nhìn qua khoảng sáng tối cố tìm xem nét mặt của trung sĩ Tâm. "Tại vì ở đây, đại đội chỉ huy yên quá, mà trên thằng 1 thì đụng lia chia, tôi không nỡ bỏ anh em trên đó." "Dẹp! Mầy không thấy bao nhiêu chuyện đang bầy hầy, với chẳng lẽ bộ chỉ huy tiểu đoàn nầy là đơn vị văn phòng ngồi chơi xơi nước sao mầy? Lại thêm vụ ông Anh của đại đội 1 thì vừa bị bể gáo. Mầy về lại với ai trên đó? "Ông Đại" đang điên lên vì vụ mất ông thầy của mầy. Coi chừng mầy vừa bò quá Ngã Ba Long Hưng thì đã kéo xác mầy trở về lại đây. Thằng vi-xi đầu trọc nơi cao điểm Trường Nguyễn Hoàng đang đợi mầy đấy! Cái thằng khốn nạn đã cho ông thầy mầy và mấy đứa con của đại đội 1 đi phép dài hạn. Bàn giao với nhảy dù chưa kịp đánh đấm gì cả đã mất gần hết một trung đội. Đừng có ham! Về đi!"

Thượng sĩ Lý hít mạnh hơi thuốc Quân Tiếp Vụ tỏ ý muốn chấm dứt câu chuyện sau một tràn gầm gừ, nguyền rủa. Trung sĩ Tâm kèo nài tha thiết: "Cũng vì vậy tôi mới xin thượng sĩ nói với trung tá cho tôi về lại trên đại đội 1." Thường vụ Lý nhìn chăm Trung sĩ Tâm qua khoảng tối và hiểu ra: Khi người lính đã gọi đến những cấp bậc, tức câu chuyện đã thật sự nghiêm trọng, khẩn cấp. "Được. Để tao đưa mầy lên gặp ổng. Mà vết thương nơi chân mầy tháng trước dưới Hải Lăng nay đã khá chưa?" Thượng sĩ Lý trầm giọng thân mật, anh đưa điếu bao thuốc nhăn nhúm về phía trung sĩ Tâm. Làm một điếu đi rồi bò theo tao. Ánh sáng hộp quẹt lóe lên. Đến bây giờ thường vụ Lý mới nhìn rõ mặt gã trung sĩ trẻ tuổi. Anh gật gù: "Bọn nó gọi mầy là "Tâm em" cũng phải. Mầy nhỏ như thằng con nít không à." Hai người cúi thấp xuống bò theo những giao thông hào có nắp che chắn về phía hầm chỉ huy của tiểu đoàn.

Trung Tá Quân, tiểu đoàn trưởng Tiểu Đoàn 18 Thủy Quân Lục Chiến và ban chỉ huy đang ngồi chen chúc ngột ngạt quanh chiếc bản đồ ngang dọc những mũi tên xanh đỏ dưới ánh sáng vàng yếu của mấy bóng đèn nhỏ thắp bởi pin máy truyền tin. Tất cả đồng mặc áo lót ngụy trang màu sẫm, mồ hôi đẫm ướt mặt chảy đường lớn trôi xuống ngực. Ông Quân khàn giọng mệt nhọc: "Đây là những mục tiêu của tiểu đoàn mình. Bắt đầu từ đường Lê Huấn, dài theo đường Quang Trung gồm trường Phước Môn, nhà thờ Thạch Hãn, ty cảnh sát Quảng Trị. Nhưng muốn chiếm được thì phải clear mấy cái chốt, quan trọng nhất là đám chốt kiền ở cao điểm Trường Nguyễn Hoàng chỗ có thằng vi-xi bắn sẻ đã hạ ông Đại úy Anh."

Trung tá Quân ngưng nói, ông châm điếu thuốc, đè xuống xúc động. "Tôi đã nói với ông Anh rồi, bên nhảy dù từ tháng 7 đến giờ bị mấy cái chốt nầy kiềm chặt. Mấy ông phải rất cẩn thận. Kỳ nầy không phải như ở Huế năm Mậu Thân. Đây là bọn 320 và 325 tổng trừ bị ngoài Bắc mới đưa vô. Nó không được phép rút lui để đám vi-xi bên Paris được thế nói chuyện với Mỹ. Ở Huế năm 68 mình chỉ đụng với bọn địa phương, chủ lực miền, còn bây giờ là trận địa chiến với lính chính quy Bắc Việt. Hầm ở đây là công sự của mình bỏ lại giúp nó chịu được cả bom. Khổ thật, ông Anh lại mới lấy vợ." Trung Tá Quân ngừng nói quay về phía đầu căn hầm khi nghe tiếng chào của viên thường vụ. Gì đấy ông? Trung tá, có trung sĩ Tâm muốn xin trung tá cho về lại đại đội 1. Tâm nào? Dạ "Tâm em" thằng mang máy cho ông Anh kỳ mới ra trường. Sao nữa? Thượng sĩ Lý lục đục chuyển động. Đó, mầy lên nói thẳng với ổng. Trung sĩ Tâm bò tới vùng ánh sáng: "Ông Đại... Dạ trung tá cho em về lại đại đội 1." Ông Quân thoáng suy nghĩ, hỏi dồn: "Mầy xin về lại đại đội 1 làm gì?" Tâm trả lời mau như đã định sẵn: "Để xử cái thằng nơi trường Nguyễn Hoàng, rửa mặt cho ông thầy em. Em biết cách, biết đường đi vô trường đó. Em người miền ngoài nầy mà, em đẻ ra và lớn lên ở đây." Tiểu đoàn trưởng Quân cười tiếng nhỏ. "Tưởng mầy xin về hậu cứ cưới vợ chứ xin về lại đại đội 1 thì tao ok liền. Đây, mầy muốn đi phép 24 tiếng về Huế hay theo Đại Úy Lộc, ông thầy mới của mầy về vị trí đại đội 1 bây giờ." Tâm hứng khởi: "Em đi liền. Hết hành quân, trung tá cho em đi phép về Thủ Đức, gần cả năm rồi không gặp mặt vợ." Trung Tá Quân nói vui: "Không có gì trở ngại. Ông thanh toán được cái chốt đó, tôi xin sư đoàn cho ông lên hai cấp, móc luôn cái lon thượng sĩ khỏi qua trung sĩ nhất. Có cả tiểu đoàn nầy làm chứng lời tôi."

Khi Trung Tá Quân xử dụng cách xưng hô *"ông, tôi"* với thuộc cấp tức đã là lời tuyên bố chính thức. Từ lâu ông được tiếng là "Anh Đại" do lòng kính yêu của toàn đơn vị. Khi bò ra khỏi hầm chỉ huy, Đại Úy Lộc, người có danh hiệu "Lộc râu", đại đội trưởng cứng nhất của binh chủng mới được điều về thay thế viên đại đội trưởng vừa tử trận, để thực hiện kế hoạch đánh chiếm lại Cổ Thành Quảng Trị với Sư Đoàn Thủy Quân Lục Chiến giữ nhiệm vụ mũi tiến công chính. Khi ra khỏi hầm bộ chỉ huy tiểu đoàn, "Lộc râu" chắc lưỡi cười cười nói với Tâm:

"Tâm em" mầy chơi bạo thiệt, vừa rồi tao nghe mầy mới bị thương hôm tháng Sáu mà nay đã xin ra lại đại đội tác chiến. Không sợ sao em? Tâm bình thản nói gọn: "Đời có số mà đại úy." Bỗng nhiên Tâm chợt nghĩ đến cô vợ trẻ ở Thủ Đức, nơi hậu cứ Sóng Thần của đơn vị. Đã lâu Tâm không gặp vợ, tuy nhiên cô nhỏ luôn có mặt với anh. Vào những lúc nguy nan anh có phản ứng gần gũi với cô như một phần của bản thân hơn là một người khác phái với liên hệ vợ chồng. Nghĩ đến ngày phép sẽ có sau khi xong hành quân lòng Tâm chợt ấm áp bình an. Nhưng nỗi vui của anh không kéo dài khi nhớ lại chiếc đầu bị bắn vỡ của Đại Úy Anh, người chỉ huy mà Tâm đã theo cùng từ đầu năm 1968 ở mặt trận Thành Nội Huế khi ông Anh mới ra trường sĩ quan, và Tâm vừa mãn khóa căn bản của binh chủng về đại đội 1 mang máy truyền tin cho Thiếu Úy Anh.

Hai thầy trò đã sống cùng nhau qua dài ngày lửa, đạn và sự chết. Suốt năm 1968 khởi đầu kia, hai thầy trò đã hành quân đếm đúng 344 ngày đánh từ Huế vào đến vòng đai Sài Gòn, và năm 1972 nầy thì hầu như các tiểu đoàn của binh chủng không hề về lại hậu cứ ở Thủ Đức, khi bộ tư lệnh tiền phương của sư đoàn dời ra xã Hương Điền ở Quận Phú Lộc, tỉnh Thừa Thiên. Tâm nhớ lời nói đùa của Đại Úy Anh: "Biết thế nầy mầy và tao lấy vợ người Huế còn có đường đi phép về thăm". Tâm thấy trong mắt có cảm giác cay cay khi nghĩ về ông thầy và tiếng khóc rấm rứt của cô Anh khi từ Sài Gòn ra Huế nhận xác chồng ở nhà xác bệnh viện Nguyễn Tri Phương, chỉ với một người thân bên cạnh - Trung sĩ Tâm hay binh nhì "Tâm em" mang máy truyền tin cho ông Anh từ năm 1968.

Hai.

Chung vũng chết

Trung đội phó trinh sát Lê Văn Hưu nhìn quanh những bộ đội dưới quyền đang ngồi chật trong căn hầm dưới nhiều tầng bê-tông cốt sắt của ngôi trường đổ sụp, nén chặt, ép cứng lại sau bốn tháng chiến trận hứng đủ vô lượng đạn pháo, bom của cả hai bên. Lợi dụng thời gian ngắn yên lắng giữa những trận đánh, sau các cuộc xung kích, phản công, theo đúng chỉ thị của chính ủy đơn vị mà nay đã thành thói quen, Hưu bắt đầu cuộc học tập trong ngày với các tổ viên bằng lời tố cáo đã được học tập thuộc lòng: "Chỗ nầy là trường học của nhân dân, nhưng bọn ngụy ác ôn đã phá sập trước khi rút lui từ đầu tháng Năm. Thủ trưởng lệnh cho đơn vị ta chốt ở đây là điểm xa nhất để không cho bọn ngụy phản công trong kế hoạch chiếm lại cổ thành nầy. Chúng ta là đội quân tiên phong của đảng quang vinh và bác Hồ kính yêu, vì nhân dân giải phóng Quảng Trị, để đồng bào thoát khỏi ách kiềm kẹp của Mỹ-Ngụy." Hưu ngập ngừng thoáng ngắn, đổi giọng răn rỏi:

"Đế quốc Mỹ xâm lược nước ta là kẻ thù của nhân dân ta. Bọn ngụy quân ngụy quyền là tay sai của đế quốc Mỹ là kẻ thù của nhân dân ta. Bộ đội ta vì nhân dân quên mình, vì nhân dân hy sinh chiến đấu dưới lãnh đạo của đảng quang vinh và bác Hồ kính yêu... Đánh... đánh cho Mỹ cút... Đánh.... đánh cho ngụy nhào. Thống nhất đất nước, thực hiện nhiệm vụ chiến sĩ tiên phong của phong trào cộng sản quốc tế do Liên Xô và Trung quốc lãnh đạo..." Sau phần phát biểu hướng dẫn, Hưu ra hiệu cho gã bộ đội giữ súng phóng lựu B40 ngồi bên cạnh. Đồng chí Trung phát biểu. Gã bộ đội vẫn cúi mặt xuống đất lập lại ngắt khoảng qua tiếng thở bị nén. "Đế quốc... đế quốc Mỹ xâm lược nước ta, là kẻ thù... kẻ thù của... nhân dân...ta...Bọn ngụy quân ngụy quyền... là kẻ thù, kẻ thù của... nhân dân ta."

Khi các tổ viên thay phiên lập lại lời học tập, Hưu nhìn quanh, ra bên ngoài qua lỗ hổng của căn hầm. Toàn cảnh thị xã Quảng Trị chỉ là một khối gạch đá vụn vỡ tan nát với những xác người vương vải không còn nguyên vẹn tay, chân, đầu, mình. Không biết là xác dân hay lính ngụy, nhưng chắc chắn không phải là lính Mỹ do nhận dạng qua những bàn chân trần, ngón nhỏ bầm tím máu khô; những chiếc sọ vỡ nát (phải là sọ của người dân vì không có chiếc nón sắt) há hốc nhìn lên bầu trời luôn xám đục khói đạn pháo, hơi bom, và mùi người thây người bốc lên ong óng dày đặc.

Sau khi các tổ viên đã giáp vòng phát biểu, Hưu muốn tiếp tục kể thêm về tội ác Mỹ-Ngụy theo nội dung đã được học tập từ trước khi vào trận địa, nhưng các tổ viên hầu như không còn sức lực để ngẩng đầu lên nghe lời anh. Hưu kìm giữ tiếng thở dài, đưa tay lên vò đầu, những sợi tóc ngắn lởm chởm nham nháp chạm vào da lòng bàn tay. Ầm! Ầm! Những trái bom bất chợt rung dội căn hầm như địa chấn, trước khi nghe âm thanh máy bay lướt qua. Khẩn trương! Khẩn trương. Chúng nó lại phản công! Hưu và các tổ viên nhanh chóng phân tán vào các vị trí chiến đấu. Anh cùng hai tổ viên theo những khối gạch vỡ bò lên điểm tác xạ cao nhất nhìn xuống con đường chạy xéo về phía hướng Nam, ngoại vi thị xã. Tổ ba người trang bị hai tiểu liên AK 47. Ngoài đơn vị đạn cơ hữu, hai tổ viên còn trang bị thêm đạn phóng lựu B40 do Hưu xử dụng; anh còn được tăng cường thêm một súng trường Nga có gắn máy nhắm. Vừa bò lên vị trí Hưu vừa gầm gừ lẩm bẩm. Địt mẹ chúng mầy. Địt mẹ chúng mầy! "Chúng mầy" trong câu chưởi không vì lòng giận dữ bao gồm nhiều đối tượng mà chính Hưu cũng không xác định rõ là ai.

Chỉ biết từ sâu trong lòng, Hưu không chưởi riêng bọn lính ngụy có thể đang bắt đầu tập trung đợt phản công mới. Quái chúng nó lại trốn mất đâu rồi. Từ trên cao điểm, Hưu nhìn dọc theo con đường không bóng người đang sập tối với trần mây thấp u ám chập choạng khối nhà cửa tang hoang đổ nát. Có con chó cúi đầu chạy lóng ngóng, thỉnh thoảng tru dài âm ai oán rờn rợn. Địt mẹ chúng mầy có trốn ông cũng giết tất! Lần nầy anh chưởi rõ bọn lính ngụy mà theo ý anh là nguyên nhân gây nên cảnh chết chóc tan hoang của thị xã nầy và hoàn cảnh tuyệt vọng của bản thân anh và những tổ viên trinh sát.

Qua ống nhắm súng bắn sẻ, Hưu cố dò tìm những chấm đen đầu người di động thấp thoáng ẩn hiện giữa đám gạch ngoài ngốn ngang, mặc chung quanh ầm vang âm động đạn pháo binh 105 ly tiếp theo đợt bom vừa chấm dứt để yểm trợ tiếp cận cho đám lính thủy đánh bộ ngụy tấn công. Pháo từ phía bắc vùng Đông Hà, Cam Lộ bắt đầu phản pháo được bộ đội tiền sát cố thủ trong cổ thành điều chỉnh rơi chính xác giữa đội hình quân ngụy. Thân thể người theo cùng gạch đá bay lên. Bây giờ Hưu đã hoàn toàn biến dạng nên thành một con người khác với phản ứng cơ bắp mau lẹ, trí não săn sắc ý chí quyết liệt như khi nhận lời động viên trực tiếp qua hệ thống điện thoại từ tư lệnh mặt trận Nguyễn Việt xuống mỗi đơn vị cơ sở: "Một tấc không đi. Một ly không dời. Quyết chiến, quyết thắng Giải phóng Quảng Trị. K3 "Tam Đảo" còn, Thành cổ Quảng Trị còn; Triệu-Hải (Triệu Phong-Hải Lăng) anh hùng diệt gọn hai sư! (Ý nói Trung Đoàn 27 Độc Lập có danh hiệu Triệu Hải đánh tan hai sư đoàn Thủy Quân Lục Chiến và Nhảy Dù của quân đội miền Nam. "Đấy cũng là lời động viên mà đã có lần Hưu tự nhủ thầm: "Nói láo cũng vừa phải thôi, trung đoàn 27 gần hai ngàn người kia đã không còn đầy hai-mươi mống mà đánh đéo thế được với hai sư của bọn lính thủy đánh bộ và bọn dù ngụy."

Trở về với thực tại, Hưu nhìn qua bóng tối của căn hầm đang nháng lửa rung rinh bởi loạt pháo bắn điều chỉnh càng ngày càng chính xác, chứng tỏ tiền sát pháo binh ngụy đang định đúng vị trí của tổ trinh sát. Ngoài ra Hưu còn có nhận xét qua kinh nghiệm hơn ba tháng chiến đấu là chen trong đợt pháo cường tập xuất phát từ nhiều vị trí của lần nầy, có những vị trí pháo khởi hành rất xa không nghe được đâu từ hướng đông, phía bờ biển với loại đạn có sức công phá mạnh gấp bội loại đạn 105 ly cơ hữu của pháo binh ngụy; loại đạn pháo mới mà Hưu không định rõ danh hiệu nầy, hiện đang bao trùm toàn thể khu vực ngôi thành cổ, ngay trên đầu của vị trí đơn vị Hưu.

Qua ánh lửa loé sáng từng chập liên tục, Hưu bắt gặp ánh mắt thất thần của những tổ viên khiến anh muốn nói lên lời than vãn. "Chắc không thoát khỏi trận pháo nầy đâu chúng mầy ạ, với loại pháo mới nầy bọn nguỵ quyết tâm dứt điểm mình." Nhưng thật ra Hưu chỉ có ý nghĩ với mối kinh hoàng đang dâng ngập. Trời bên ngoài đã sập tối, giữa chuỗi âm động của đợt pháo không dứt khoảng. Bỗng nhiên Hưu nghe rõ thanh âm sắc đục của những miếng tôn lợp nhà do có thân người đang chuyển động bên trên. Anh lạnh buốt sống lưng. Bỏ mẹ, bọn nguỵ đang bò dưới chân mình. Chúng đã lợi dụng lúc dội bom và đợt pháo để xâm nhập vào vị trí của anh.

Nghĩa là chúng cũng chia chung phần cơn bom và đợt pháo đang dội xuống. Thật ra tất cả ý nghĩ như trên chỉ hiện ra trong một chớp mắt theo luồng ánh sáng và tiếng nổ xé toang bóng tối cùng lúc giúp Hưu kịp nhận ra dạng một chiếc sào dài theo lỗ hổng được đưa vào căn hầm. Và sau tiếng nổ từ đầu cây sào, Hưu chìm xuống bóng tối dầy. Màn tối thẫm của cái chết có hình khối với những tảng vách tường nhà, và gạch đá đổ xuống đè lên thân anh. Trong vũng bóng tối đầy đặc, dưới khối gạch đá ngổn ngang chồng chất, Hưu nghe dần tiếng nói xì xào của lính miền Nam... "Đ... má cái chốt nầy đây, không chơi trò *cần câu cá* cho nó ăn claymore theo cách "ông râu" thì còn lâu mới vào được!" Hưu nghe rõ bước chân người đang đi trên gạch đá chụp trên thân anh. Hưu dùng sức mạnh còn lại cuối cùng lần gỡ trái lựu đạn chầy nơi thắt lưng, tháo khóa an toàn, đẩy theo khe hở dò dẫm được bởi những ngón tay vô thức. Ánh sáng lóe lên. Tiếng nổ xé toang và giọng Trung sĩ Tâm hét lớn... Thanh ơi! Em ơi!

Đại úy "Lộc râu" nói như reo với Trung Tá Quân: "Trình Phu Quân (danh hiệu truyền tin của ông Quân) thằng "Tâm em" câu được cái chốt ở trường Nguyễn Hoàng với claymore rồi. Phu quân cho cua (chiến xa) lên chỗ tôi rồi mình cùng vào nướng (xử dụng súng phun lửa) cái bánh chưng (chiếm Cổ Thành Quảng Trị)." "Xong rồi, có ngay cua cho ông, và đưa thằng Tâm em lui gặp moa." Tiểu đoàn trưởng Quân hân hoan phấn khởi. Giọng Đại Úy Lộc chuyển nhanh sang nghẹn cứng, đanh lại xót xa: "Tâm em bị thằng vi-xi xé áo luôn rồi." Sao? Trung tá Quân hỏi dồn? "Vi-xi nó chơi đòn sát thủ trước khi chết. Tôi đang tìm cách "moi" thằng em ra."

Nhưng Đại Úy "Lộc râu" không còn cơ hội để tìm ra xác của "Tâm em", bởi một loạt pháo của phía cộng sản mạnh mẽ hơn từ Ái Tử, bắc sông Thạch Hãn đổ dồn xuống vị trí chốt của tổ trưởng Lê Văn Hưu, trong đó có xác của Trung sĩ Tâm và hai khinh binh Tiểu Đoàn 18 Thủy Quân Lục Chiến. Và chỉ vài giờ sau có thêm rất nhiều người chết mới của cả hai bên, kéo dài cho tận buổi sáng Ngày 14 Tháng 9 Năm 1972, khi ngọn cờ Vàng Ba Sọc đầu tiên được dựng lên khối gạch, đá ngổn ngang của Cổ Thành Quảng Trị.

Sau ngày 16, khi rút quân về phía sau, Đại Úy "Lộc râu" muốn chỉ vị trí "Tâm em" đã chết cho ông Quân, nhưng anh không làm sao định được nơi người lính đã ngã xuống. Theo thống kê sau nầy về trận đánh cuối cùng trong tháng Chín năm 1972, mỗi ngày không kể phần Nhảy Dù, Biệt Động, và Bộ Binh, chỉ riêng Sư đoàn Thủy Quân Lục Chiến có khoảng "một trăm-năm mươi người lính hy sinh".

Phía bộ đội cộng sản thì cho biết: Ngoài Trung đoàn Triệu Hải bị xóa sổ, Trung đoàn 48B thuộc Sư Đoàn 320B, đơn vị chiếm giữ trung tâm thị xã (theo hồi ký phổ biến vào năm 1997 của Trung Tướng Lê Tự Đồng, tư lệnh lực lượng cộng sản tại mặt trận tỉnh Quảng Trị) và các trung đoàn tham chiến, đồng bị tổn thất hơn 80% quân số. Điển hình Tiểu đoàn 4 thuộc Trung đoàn 95, từ khi vào cổ thành đến khi rút ra (kể từ ngày 13 tháng 7 đến ngày 10 tháng 9 năm 1972), chỉ còn đúng mười-hai người sống sót, vượt sông Thạch Hãn tại làng Nhan Biều chạy về phía Bắc.

Ba.
Sống sót sau chiến tranh

Cô giáo Thanh luôn có cảm giác, "Làm sao sống được tới ngày mai?" từ buổi chiều Ngày 30 Tháng 4 Năm 1975 khi bế đứa con nhỏ, tay xách bịch ni-lông áo quần kinh hoàng rời khỏi khu gia binh Trại Sóng Thần của Sư Đoàn Thủy Quân Lục Chiến. Cô đã không thể phân biệt những hỗn loạn chung quanh đang âm vang tiếng chưởi mắng, nạt nộ chen lẫn tiếng súng xử bắn những người không kịp rời nhà theo lịnh của bộ đội cộng sản nói tiếng vùng Thanh-Nghệ-Tỉnh. Súng nổ không tiếng đạn bay ra vì đầu đạn đã ghim sâu vào thân con người ép dính sát đầu nòng súng. Địt mẹ chúng mầy là vợ con của bọn ngụy "trâu điên" (Tiểu Đoàn 2 Thủy Quân Lục Chiến lừng danh của quân đội Cộng Hòa). Chúng ông không banh xác chúng mầy ra thì thôi chứ đừng hòng lấy được cái áo, cái quần, cái bát, đôi đũa. Đồ đạc trong nhà nầy là do bọn chồng ngụy chúng mầy đã cướp đoạt của nhân dân mà có. Cút!! Cút ra khỏi đây mau... Tên bộ đội miền Bắc túm đầu tóc cô đẩy ra cửa trong khi cô luống cuống ôm đứa bé và gói áo quần vừa nhặt nhạnh được. Tuy nhiên cô cũng nhớ ra xác của Hạ sĩ Lượm, người lính cùng đơn vị của chồng nằm chỏng chơ bên cạnh chiến xe lăn mà tên lính cộng sản vừa hất anh ta xuống để đoạt chiếm. Xác Hạ sĩ Lượm chết không nhắm mắt chắc đang cố tìm hình ảnh của vợ con không biết vừa chạy đi đâu.

Cô Thanh cũng không nhớ sau đó bằng cách nào, trong bao lâu, cô đã bồng con về được ấp Suối Nghệ, Phước Tuy với cha mẹ. Cô hồi tưởng một cách mơ hồ, đứt khúc đoạn đường từ Trại Sóng Thần, cô đi lần ra chợ Thủ Đức, theo xa lộ đi về hướng Biên Hòa. Tuy nhiên lại cô nhớ như in đoạn đường nầy vì khi đi ngang qua Nghĩa Trang Quân Đội, Thanh đã nhìn thấy rất rõ bức *Tượng Tiếc Thương* bị giật sập đổ ngược xuống. Sở dĩ cô chú ý đến địa điểm nầy, vì từ ba năm qua cô đã nhiều lần đến đây với hy vọng tìm ra được xác người chồng chết từ một ngày Tháng 9 Năm 1972 tại Quảng Trị.

Cô giáo Thanh sở dĩ sống qua được bao năm cũng vì thằng Thành càng ngày càng giống người vắng mặt, và hơn thế nữa cô không hề nghĩ anh Tâm đã chết. Cô có cảm giác rất thật là người chồng chỉ vắng mặt đâu đó, cho dầu đã bao lâu và cách bao xa. Nên cô vượt sống với, bởi nghĩa vụ tự đặt ra cho chính mình: *Sẽ có một ngày đi gặp chồng*. Cũng quả thật cô cũng không cảm thấy đau khổ quá đỗi nặng nề, do lần vắng mặt lâu dài không tung tích của người chồng, vì cảnh sống từ Ngày 30 Tháng 4 Năm 1975 kia đã tạo nên trong lòng cô phản ứng thường hằng: Coi như bản thân mình đã chết.

Và cũng bởi người chết nào biết đến cường độ của cơn đau. Mỗi buổi sáng khi nhấn lưỡi cầy sâu xuống mạch đất của thửa ruộng chạy dọc bên suối Sông Cầu dưới chân Núi Đất, cô thường nhắm mắt lại trong khoảng khắc với lời nói ra tiếng: "Anh Tâm ơi, anh ở đâu, anh cầu cho mẹ con em. Để sẽ có ngày em tìm ra anh, nghe anh Tâm." Rất nhiều lần khi nói lời than tội nghiệp nầy, cô mong được tuông trào giòng nước mắt, nhưng điều cầu mong nầy cũng chỉ là mối ao ước không thành, bởi hình như lượng nước mắt đã cạn khô từ bao lâu. Dẫu Thanh luôn có cảm giác cay cay sâu trong mắt khi nhận ra thực tế cảnh sống của mỗi ngày, giờ đang trải qua. Thanh cũng không hề nghĩ ra rằng cô vừa qua tuổi hai mươi, và đã một thời là cô giáo đứng giữa đám con trẻ tập hát lời vui hòa sống động yêu thương.

Tháng Tư một năm sau 1975 cô quyết đi tìm. Anh Tâm ơi, em đi gặp anh đây. Anh ở đâu cho em gặp anh. Cô lập đi lập lại cầu mong ngắn ngủi nầy chen trong chuỗi thầm thì tôn kính an ủi. Kính mừng Maria đầy ân phước... liên lũy lần hạt Mân Côi khi đã yên chỗ ngồi trong toa tầu chen chúc nhớp nháp của chuyến tầu lửa Nam-Bắc. Lên từ ga Xuân Lộc trong buổi chiều váng vất nhá nhem tối chung quanh rừng Long Khánh loang tỏa khói mờ, chiều tối ngày hôm sau cô giáo

Thanh đến ga Quảng Trị.

Từ nhà ga, Thanh cảm thấy rờn rợn sự chết bao trùm lẩn khuất đâu đây, khi nhìn lên khối gạch đá đổ nát nằm hỗn độn bên bờ sông cạn đáy mà người dân chỉ cho cô biết đấy là cổ thành Quảng Trị, một thời trấn đóng trên sông Thạch Hãn. Anh Tâm ơi, anh ở đâu? Bất ngờ nước mắt cô chảy ra lúc nào không hay. Thật ra cô muốn gào lớn tiếng: Anh Tâm ơi, anh chết nơi đâu? Chữ *"chết"* mà bao lâu cô không hề nói ra. Không dám nghĩ đến.

Từ Huyện Cẩm Thủy chị Trịnh Thị Hàn bắt đầu cuộc hành trình theo Đường 119 đi về hướng Đông-Nam ra thị xã Thanh Hóa. Trước khi đi bà mẹ chồng đã có lời than: "U không dám cản con, nhưng con nên nghĩ lại, từ đây ra tỉnh những mấy mươi cây số, con đi cũng mất một ngày. Xong theo tàu hỏa vào Nam mà u biết tàu chỉ chạy đến Hà Tĩnh hoặc ra Hà Nội. Cả đời con chưa đi quá Huyện Yên Định thì biết đâu đường đi vào Nam tìm thằng Hưu. Nhà ta quá nghèo nếu u đi theo chỉ làm con thêm bận bịu, tốn kém.

Vả lại, u còn phải ở lại nhà để nom mấy sào ruộng, nhưng quả thật để con đi một mình u không yên tâm được. Hay con đợi đến qua thu hoạch, nhà có dư đôi chút, u đi theo con luôn thể, nó là chồng con nhưng là con của u."

Nhưng chị Hàn đã có lời cương quyết dứt khoát: U không phải lo cho con, đây là bổn phận riêng của con đối với anh ấy. Mấy năm trước trong chiến tranh chống Mỹ, một mình con cũng đã hoàn tất được những công tác mà xã phải huy động đến cả cụm, cả tổ mới xong được. Con đã từng ứng chiến tổ phòng không suốt đêm, sáng ra đồng cầy ruộng, chiều đi tập phòng thủ chống biệt kích đổ bộ. Quần quật suốt cả mùa đông năm 1972 còn chịu được, huống gì đoạn đường từ đây ra ngoài tỉnh, với đoạn xe hỏa vào Nam, khi nước nhà đã hòa bình thống nhất. Chị vừa trả lời vừa đậy chiếc nắp ba-lô lên túi hồ sơ của anh Hưu có ghi địa chỉ đơn vị, với nét chữ lớn viết bằng mực tím: 271003 TB 04.

Thật ra chị muốn nói thêm với bà mẹ về lá thư của anh Hưu với nội dung mà chị đã thuộc lòng: "Vấn đề bồi dưỡng tại chiến trường lúc nầy đã tiến bộ, không còn thiếu thốn như thời gian di chuyển nữa. Áp là thư em vào ngực, anh đọc đã mấy chục lần. Có thể nói từ khi anh và em bắt tay xây dựng vợ chồng thì hai chủ nhật đầu tiên từ ngày anh ra đi là hai chủ nhật khó khăn và nặng nề khó vượt qua lắm. Trong những giờ phút đó anh muốn hét thật to để làm sao ôn lại cho em những lời nói của anh. Anh đã bước đi như một con người không có tri giác. Em đã nằm giữa trái tim anh, dòng máu anh đã cùng chảy theo nhịp thở của em, cho nên dù ở phương trời nào em vẫn luôn có mặt với anh."

Lá thư viết từ một ngày đầu năm 1972 tại một nơi mà anh Hưu chỉ ghi tắt là QT và chị nhận được sau ngày giải phóng Quảng Trị trong Tháng 4 Năm 1973, cùng lần với giấy báo tử mà chị đã dấu kín không muốn cho bà mẹ hay. Và nay đã đến lúc chị phải đi tìm với lời nói của anh Hưu mà chị nghĩ là chân thành thắm thiết nhất: "... Cho dù ở phương trời nào em vẫn luôn có mặt với anh".

Phải, chị Hàn luôn có mặt với chồng cho dù đã bao lâu không thấy mặt, hay cách biệt bao xa kể cả từ, sau, bởi cái chết mà riêng chị âm thầm chịu đựng bao năm qua. Chị xốc ba-lô lên vai, cột túi cơm khô quanh bụng, cúi xuống rút chặt quai dép lốp, đội lên đầu chiếc nón cối cứng. Xong, con đi đây! Con đi tìm chồng con, bộ đội Lê Văn Hưu. U ở nhà yên tâm. Chị Hàn bước ra khỏi nhà, xuống con dốc lần theo sông Mã đi ra Đường 119 với cảm ứng: "Đi gặp mặt chồng". Chị không hề có cảm giác anh Hưu đã chết, dù tờ giấy báo tử kẹp chặt với lá thư ép trong túi ni-lông đeo trước ngực.

Trước khi lên đường cái, chị Hàn băng qua khu ruộng ngô

mà anh Hưu đã cuốc vỡ đất, trước lần đi nghĩa vụ quân sự. Khu ruộng ngô mà chị và chồng đã gieo những hạt giống của mùa đầu tiên, nơi hai người đã một thời vui đùa trong tuổi trẻ mà chị nghĩ nay đã quá xa như một điều không thực. Tuy nhiên chị lại nhớ rất rõ những câu nói bâng quơ, cách trầm giọng làm ra vẻ quan trọng của anh Hưu, tiếng cười khúc khích của hai người giữa những luống lá dày xanh xám khi cây ngô lớn quá đầu người.

Những sự việc tưởng như vừa xẩy ra, đang tiếp diễn khiến chị Hàn nhớ rõ mùi vị hạt ngô đầu mùa nướng lửa ngọn đốt từ đống lá vun trên đất. Mạch đất từng làm chứng tình yêu của hai người sáng nay trong nắng cuối xuân, ươn ướt lớp sương mai gây trong lòng chị mối cảm xúc bất chợt đưa đẩy trí nhớ về lại hạnh phúc của một thời. Hoá ra hạnh phúc của hai người cũng mong manh và nhạt nhòa như lớp sương sớm đang khô dần trên đất dưới ánh nắng. Thật ra chị Hàn chưa đến tuổi ba-mươi.

Bốn.
Nơi Cổ Thành Quảng Trị

Sau hai ngày với những chuyến tàu lửa chợ ngừng lại tại nhiều ga xép, những chuyến xe hàng chen chúc, ngột ngạt, kể cả những đoạn đường thăm thẳm lầm lũi cuốc bộ, cuối cùng chị Hàn bước lên chiếc cầu sắt đi vào thị xã Quảng Trị với cảm giác thản nhiên lạnh lẽo của người đã kiệt sức cùng đường. Cảm giác hiện thực khi chị hỏi đường đến văn phòng tỉnh đội và được người dân chỉ lên những khối gạch đá đứng chơ vơ bên bờ sông cạn đáy phơi bãi cát loang nắng. Đó, đó... Cổ thành đó!! Và chị bật lên tiếng kêu không ngờ...Trời đất ơi! Bởi đang biết rõ một điều: "Anh Hưu chồng chị đã thật chết nơi những đống gạch đá tan vỡ nầy!".

Chị Hàn đi vào văn phòng Ban Quân Sự Tỉnh Quảng Trị

với cách quyết liệt của người chấp nhận cái chết đang chực sẵn. Các đồng chí có thể cho tôi biết mộ của các liệt sĩ trong vùng nầy bố trí ở đâu, và có thể cho xin biết danh sách bộ đội liệt sĩ đã hy sinh trong trận đánh năm 1972. Đây là giấy báo lần chồng tôi hy sinh. Anh ấy là trung đội phó trinh sát thuộc Trung Đoàn 48B, sư 320B quân đội nhân dân. Viên thượng úy thường vụ tỉnh đội tiếp nhận tờ giấy, đọc qua với cách lơ đãng, xong đưa lại tờ giấy cho chị Hàn, trả lời với vẻ miễn cưỡng dẫu cố che dấu: "Tỉnh đội cũng như các đồng chí lãnh đạo trong ủy ban nhân dân tỉnh và nhân dân Quảng Trị đời đời nhớ ơn công lao của các anh hùng liệt sĩ thuộc lực lượng vũ trang nhân dân và bộ đội nhân dân anh hùng đã giải phóng Quảng Trị thoát khỏi ách chiếm đóng của bọn Mỹ-Ngụy."

Nói đến đây, viên thượng úy khẽ liếc nhìn người đàn bà đang ngồi xổm trên mặt đất theo dõi câu chuyện của chị Hàn. Viên thượng úy nói tiếp: "Nhưng, như chị đã thấy, bọn ngụy ác ôn sau khi rút khỏi Quảng Trị đã phá hủy tất cả nhà cửa dân chúng cũng như cơ sở của bộ đội cách mạng. Bọn chúng cũng cố tình tiêu hủy tất cả hài cốt của chiến sĩ ta. Nên... nên... sau giải phóng (ý nói sau năm 1975), chúng tôi chỉ tập trung được hài cốt của những chiến sĩ thuộc địa phương Quảng Trị mà thôi, còn những người đã hy sinh trong những trận đánh với bọn quân Ngụy năm 1972, 73 thì không cách nào để thu nhặt. Chúng tôi chỉ còn cách là chôn tất cả vào một mộ tập thể và di dời ra ngoài La Vang."

Đến đây hình như viên thượng úy đã tìm ra được một cách thức giải quyết vấn đề khó khăn đang gặp phải. Y xoay qua người đàn bà đang ngồi dưới đất nói với giọng hả hê: "Đó tôi có dấu diếm chị gì đâu, đến như liệt sĩ bộ đội nhân dân chúng tôi còn không tìm được ra dấu tích, hài cốt huống gì chồng chị là lính Mỹ-Ngụy "trâu điên" ác ôn!!" Người đàn bà, cô giáo Thanh đứng bật dậy rắn rỏi dứt khoát: "Chồng tôi không là lính "Mỹ-Ngụy" mà là lính Tiểu Đoàn 18 Thủy Quân Lục

Chiến, nhưng không phải là Tiểu Đoàn 2 "Trâu Điên". Chồng tôi lại là người ở đây, ở làng Công Giáo Tri Bưu, họ hàng chồng tôi nếu còn sống sẽ làm chứng là nhà chồng tôi và anh Tâm tôi chưa hề ác ôn với ai ở đây hết. Cha chồng tôi là thầy giáo ở Trường Phước Môn, cả đời dạy học ở tỉnh Quảng Trị nầy." Cô giáo Thanh cao giọng khẳng định thêm một lần:

"Chồng tôi là lính Thủy Quân Lục Chiến, không là lính Mỹ-Ngụy." Quả thật Thanh hoàn toàn không ngờ phản ứng bất chợt mạnh mẽ của mình. Nỗi oan hận, uất hờn từ bao năm bùng lên như một tia lửa. Viên thượng úy bực tức luống cuống. Vệ binh đâu đưa chị nầy ra ngoài xử lý! Những tên lính trẻ ùa vào vây quanh cô giáo Thanh. Khẩn trương! Khẩn trương. Đi ra! Đi ra! Âm giọng miền Nghệ An sắc cạnh dữ dội.

Chị Hàn dẫu chưa thấu hiểu hết câu chuyện nhưng vội vàng can thiệp. Các đồng chí, các đồng chí cho tôi nói chuyện với chị nầy. Chị Hàn mau chóng nắm tay cô Thanh dẫn vội ra cửa. Trong một lúc bất ngờ tất cả năng lượng trong người hầu như tan biến, Thanh nhu thuận, lặng lẽ đi theo chị Hàn với bước chân không chủ đích.

Ra khỏi văn phòng tỉnh đội, hai người ngồi xuống lề đường, trên mô đất lồi lõm. Thanh úp mặt vào gối, nói trong tiếng nấc nén xuống. Chị ơi em khổ quá! Em đến đây đã mấy ngày rồi. Hỏi ai cũng không biết! Họ hàng bên chồng em không còn ai. Em đi khắp nơi trong Quảng Trị nầy. Không ai biết. Không ai thấy. Chị Hàn nhìn lên trời. Nhìn lên những khối đá gọi là Cổ Thành Quảng Trị. Trong một động tác bất chợt, chị ngồi sát gần người đàn bà bên cạnh đang úp mặt dấu tiếng khóc. Chị muốn kêu lên tiếng tuyệt vọng. Anh Hưu ơi! Anh Hưu ơi! Chị cũng mong được bật lên tiếng khóc.

Từ Thị Xã Quảng Trị theo chỉ dẫn của người dân, hai người đàn bà đi về hướng Hạnh Hoa Thôn, qua ngã ba Long Hưng theo Quốc Lộ 1, đến khu nhà thờ La Vang. Hai người tới trước khối nhà thờ đổ nát, khi chiều đã xuống bên sườn núi phía Tây. Gió se lạnh thổi rờn rợn u uẩn. Nơi nầy là gì hở em? Hàn trầm giọng hỏi cô Thanh, do không khí chung quanh quá tịch mịch thê lương. Nhà Thờ La Vang nơi Đức Mẹ hiện xuống chị ạ.

Hàn muốn hỏi về Người Mẹ mà cô Thanh vừa kể đến, nhưng dẫu không biết rõ người ấy là ai, chị vẫn cảm nhận hình như có một điều ấm áp bình an khi đi theo cô Thanh đến trước bức tượng hình dạng một người nữ có nét mặt buồn đau. Mẹ đấy chị. Mẹ cũng khổ đau như chị em mình. *Mẹ Khổ Đau vì Người khổ đau*. Cô Thanh quỳ xuống ngay trên đất, úp mặt vào hai tay, thân hình bất động, chìm xuống vùng sâu lắng thăm thẳm. Khi Thanh đứng dậy thì hình như đã là một người trút xong gánh nặng, cô thân mật nói cùng chị Hàn: "Bây giờ mình không biết các anh ở đâu, anh của chị và anh của em. Chung quanh đây là mộ hoang chôn tập thể nhiều người. Chị một đầu, em một đầu, có bao nhiêu hương mình thắp cho kỳ hết. Em biết, ngoài lính hai bên, nhiều người dân cũng đã chết khắp nơi đâu đây."

Trong bóng chiều ngã vàng vùng đồi đá sỏi nhỏ màu đỏ như rây máu, bóng hai người đàn bà lướt thướt im lặng trên bụi lùm xao xác lay động dưới cơn gió cuối xuân thổi từ biển vào. Khi đã hết hai bó nhang lớn, từ hai đầu cánh đồi đang khuất dần bóng nắng, cô Thanh và chị Hàn đi trở lại gặp nhau. Bóng hai người in đậm lên nền trời lặng lẽ như dạng hình tượng *Đức Mẹ Sầu Bi*. Khối tượng đã tồn tại như một nhiệm mầu sau bao đợt lửa đạn do pháo nặng, hỏa tiễn từ hai bờ Nam-Bắc sông Thạch Hãn bắn tập trung, từ biển khơi dội vào, từ máy bay trút xuống suốt năm 1972. Trên đất khổ La Vang chiều Tháng 4 Năm 1976, hai người đàn bà tồn tại như một điều thường hằng sau cuộc chiến dài hơn trí nhớ theo cùng vận mệnh của một dân tộc lầm than.

Sau khi chia tay ở ga Quảng Trị, cô giáo Thanh và chị Hàn hứa với nhau sẽ trở lại trong mùa Lễ Thanh Minh năm tới. Dịp tìm kiếm và đắp điểm mồ người chết, cũng vào ngày tháng Tư sụp vỡ Miền Nam.

Chuyện 1972-1975 ở Việt Nam
Viết lại, Tháng 11, 2011 ở Mỹ

Năm.
Hai Người Lính, Sau Một Lần...

Dẫn Nhập

Sau 30 Tháng 4 năm 1975, trong các tài liệu "học tập" phổ biến khắp cùng miền Nam, người cộng sản Hà nội thường dùng đến những cụm từ "chế độ Mỹ-Diệm; Thiệu-Kỳ", khi nói đến chính phủ VNCH với những tính chất như..."Lê máy chém khắp nơi... Tàn bạo đến nỗi trời không dung đất không tha. Dùng trúc Nam sơn, chấm mực biển Đông cũng không thể nào viết hết tội ác...v.v..". Và trong màn lăng nhục "có hệ thống" đó, người lính VNCH tất nhiên được "mô tả" (bởi một hệ thống văn nô rất "chất lượng", cho dù người viết thuộc thế hệ những nhà văn "phản kháng có ý thức đổi mới") qua hình ảnh một "thằng lính ngụy" chuyên "ăn gan, uống máu", gọi cố vấn Mỹ bằng "ngài"...và hiếp dâm hằng chục nữ giao liên trong một đợt hành quân. Mười chín năm sau, Nhà Trưng bày tội ác Mỹ-Ngụy ở đường Trần Qúy Cáp (tức là đường Võ Văn Tần sau 1975) vẫn mở cửa để làm chứng tích của một thời sự ác tràn ngập miền Nam. Và những người lính VNCH vẫn bị lăng nhục, nguyền rủa bất công đáng uất hận, phẫn nộ. Một kẻ thù luôn cần phải có trong hệ thống truyền thông mạ ly của người cộng sản. Cho dù "kẻ thù" ấy đã không còn, tiêu vong, văng mặt.

Câu chuyện sau làm chứng cứ những lời trên. Sự việc nhỏ nhoi, im lặng, xẩy ra trong bóng tối, ở vùng quê giữa hai Người Lính, tại Miền Nam. Chỉ trên đất nước tang thương nầy mới có được những chuyện tầm thường, tội nghiệp như kia.

Một.

Anh luôn ý thức được điều mình là người "khổ đau". Sự khổ đau có thật, từ một tình cảnh cụ thể, hiểm nghèo... Luôn chuẩn bị để đi tù, bị nhốt vào phòng tối và tồi tệ hơn, sắp đem đi... bắn! Tình cảnh đáng sợ hãi nầy không do anh gây nên, nó xẩy ra cùng một lần với việc sụp đổ Miền Nam, khi những người lính được lệnh ném khẩu súng xuống đất, vất bỏ bộ máy cò, cởi tấm áo, chiếc quần, đôi giày... Anh làm những động tác nầy trước mắt lính anh, ngay tầm nhìn của những người dân thất thần lơ láo.

Anh tự lột truồng dưới ánh mặt trời, giữa đám đông không ngại ngùng, không bối rối, xấu hổ. Anh coi mình như đã chết từ lâu. Nhưng bởi chưa chết được với thân xác cụ thể nên anh phải sống với tâm thức đợi chờ điều đau đớn cuối cùng kia. Anh sống như là một Khổ Đau. Đây là một thực tế "không thể phủ nhận, đảo ngược được" nói theo kiểu của cán bộ chính trị, những tay văn công, kẻ "hộ lý và trợ lý" viết bài cho "các anh lớn". Hóa ra anh đã sống cùng người cộng sản đến mười-tám năm nên nhiễm phải thói quen, chữ nghĩa của họ lúc nào không hay. Mười tám năm để chờ một điều không có gì phấn khởi, bằng khoảng thời gian từ lúc sinh ra đời đến ngày đi lính, cách đây ba mươi-ba năm. Mười tám năm. Kinh thật!

Anh nghĩ lang bang như trên khi đứng ở ngã tư Cách Mạng 1 Tháng 11 - Trương Tấn Bửu (Sau 1975, nhà nước cộng sản đổi tên thành Nguyễn Văn Trỗi và Trần Huy Liệu – Những tên người đâu đâu ?!) Anh nghĩ tiếp về những người chết... Tập trung cả ngàn người bị chôn sống ở Huế đầu xuân Mậu

Thân 1968; người chết bị pháo kích chết, chỉ một Ngày 29 Tháng 4, 1972 trên chín cây số đường nam Hải Lăng, Quảng Trị...

Người chết nơi sông Ba, đoạn Phú Bổn - Tuy Hòa; trên bến tàu Đà Nẵng, ở cầu đá Nha Trang trong Tháng Ba, 1975. Và hàng trăm ngàn người vượt biển, hiện đang bị đày ải nơi dãy trại cấm Hồng Kông, Mã Lai, Phi Luật Tân, hoặc đã tan thân đâu đó trong sóng nước, nơi biển lớn! Hỏi vì sao đã chết? Vì đâu nên nỗi đau thương? Không một ai có thể trả lời. Không tìm ra kẻ gây nên tai họa. Những cái chết không có thủ phạm! Làm gì có kẻ giết người nào trên một đất nước có con người "đạo đức" tên gọi Hồ Chí Minh, người được cơ quan UNESCO (dự định) làm lễ tuyên dương một trăm năm bởi đã hoàn tất sự nghiệp "bảo vệ con người". Ngôn ngữ đến đây mang tính cách miệt thị đến độ vô luân, tàn nhẫn nhất. "cách mạng" - Chữ đáng bị nguyền rủa nhất.

Khi đứng nhìn chú nhỏ lồng ruột vào lốp xe Honda, anh có ý nghĩ... Ngoài việc gánh chịu tai ương, chiến tranh, những hoàn cảnh khắc nghiệt một cách thản nhiên, người Việt luôn biết khai triển, biến đổi các tình huống khó khăn nhất thành hữu dụng. Riết đâm quen, họ xoay xở những điều xấu xa, độc ác nên nguồn lợi ích. Bao ni-lông ướt nhẹp nước cống lầy nhầy chất dơ, thứ phế phẩm rác rưới bẩn thỉu ghê tởm kia có thể gây buồn nôn (cho bất kỳ người Tây phương nào) đã là một phẩm vật gây ẩu đả có thể đi đến giết nhau giữa hai con người đói khổ. Cũng như chiếc ruột xe Honda bị rải đinh đâm thủng nầy đã là nguồn sinh kế cho một người, nuôi được cả gia đình. Biết đâu (với một tỷ lệ hiện thực rất cao), chú nhỏ vá ruột xe nầy trở thành một "giáo sư" có học vị tiến sĩ, phó tiến sĩ hoặc kỹ sư công nghệ! Con người không chỉ sống bằng bánh mì. Người có thể sống với khẩu hiệu và tiếng trống - Mười mấy năm sau 1975 đi tù nơi "Miền Bắc xã hội chủ nghĩa" đã dạy cho anh biết "tiến bộ nhất định" nầy.

Và người cũng có thể chết rất yên ổn với một vài từ ngữ được học thuộc lòng, nói đi nói lại. Như con chó trong thí nghiệm Palov dễ dàng chảy nước giãi khi nghe tiếng chuông gióng dã thay thế miếng thịt tưởng tượng. Người cộng sản Việt Nam quả thật đã thành công/rất thành công trong vận động chữ, nghĩa. Những ngôn ngữ vô tính dưới tay họ thoắt trở nên sống động, dậy mùi máu và hơi tử thi. Xác ông Hồ nơi ngôi lăng Ba Đình là thây chết của người Việt Nam "vĩ đại" nhất của Thế Kỷ 20 – Nói theo cách của Dương Thu Hương – Nhà văn đoạt nhiều giải thưởng văn chương "cao qúy".

Đám thực khách đang cao độ nhậu, chú nhỏ vá lốp xe, hai người đàn bà giành giựt cái bao ni-lông nơi rãnh cống trước quán ăn, kể cả thằng người cụt chân nằm trên tấm gỗ có bốn bánh xe lăn. Thằng người đưa mười ngón tay cùi lở bôi phẩm xanh đỏ lên trời, úp mặt xuống nhựa đường la lối, chửi rủa những lời vô nghĩa... Đám đông qua đường lúc nhúc xe đạp, xe ba gác, xe xích-lô, xe Honda và xe hơi mang bảng số xanh của nhà nước dồn ứ lại quanh thằng người, gây nên cảnh nghẹt xe huyên náo, bụi mù sùng sục. Người cảnh sát-công an gác đường đang nhỏ to hỉ hả với một cô gái vừa bị thổi còi, kêu vào do một lỗi vi phạm giao thông nào đó, và cô gái đã *(làm ra vẻ lén lút một cách khôn khéo)* dúi vào tay anh công an một số tiền gọi là "phí vi phạm giao thông". Lấy xe, trả tiền, đạp nổ máy... Anh nhập vào đám đông lúc nhúc kia.

Hai.

Khi anh qua cầu An Lộc, trời đã sụp tối. Cầu An Lộc là chiếc cầu bê-tông thay thế cầu sắt bắt qua kinh An Phú Đông, nối tiếp con đường từ Xóm Mới lên vùng Hóc Môn, đổ ra xa lộ Đại Hàn, vòng đai Sàigòn ở mặt bắc. Nơi đây, suốt đoạn đường, trên từng khung sắt loang lổ của cây cầu nầy... Ngày ấy, khói bom, vết đạn xoáy sâu xuống mặt đất, miết hằn lên lớp sơn đỏ, uốn cong lan can vài thành cầu, vòm sắt phía bờ trái ngập nửa thân xuống nước...

Người lính bò khó khăn trì chậm dưới sức nặng của ba-lô, nón sắt, súng đạn. Con người di chuyển như một con sâu. Chỉ khác, con sâu bò bình yên trong đất, giữa đám lá; người lính bò nguy nan trên khối sắt còn nóng hơi. Súng nổ từ đám ô-rô, bên bờ rạch đối diện, đạn chạm thành cầu nghe coong coong... Người lính hơi nhổm lên, nhô đầu... nhìn quanh quất nháo nhác, ánh mắt thoáng vui mừng khi thấy đồng đội bò theo sau. Tia sáng vui mừng hé lên đồng thời bùng vỡ ánh sợ hãi... Chết tui rồi! Người lính rơi ùm xuống nước. Chìm mất. Máu đỏ loang rây màu nước xanh. Ba-lô kẹt vào chân cầu giữ xác anh không bị cuốn đi, chỉ chiếc nón nhựa bung ra khỏi lớp nón sắt trôi bập bềnh theo dề lục bình lấp lánh nắng đầu năm trên phiến lá.

Năm ấy, 1968, trên giải đất đá điêu tàn nầy rải rác những xác chết không toàn thân. Con chó cắn một đoạn xương người, chạy lẩn khuất giữa vườn dừa cụt đầu cháy nám. Chẳng biết xương dân hay xương lính, lính cộng sản hay lính cộng hòa vì chỉ là đoạn xương chân, tay. Mùi thây chết ngây ngây theo cơn gió càng đậm thêm trong sắc nắng thiêm thiếp đầu năm. Một ngày đầu năm miền Nam năm xưa cũng một năm Thân như năm nay. Hôm nay, anh đi từ cầu An Lộc, cầu sắt An Phú Đông lên ngã tư Đại Hàn mất năm phút Honda. Ngày năm ấy anh dẫn lính đi mất năm ngày. Có thể lâu hơn. Thôi dẫu gì cũng hết chiến tranh. Người Việt mua hòa bình với giá quá đắt. Trong trị giá nầy có máu của mỗi người.

Trên đoạn đường năm phút Honda, anh sống với nỗi đau hai mươi-bốn năm trước. Chỉ khác, ngày xưa anh có đồng đội, bạn hữu vây quanh chia xẻ, đấy lại là dịp đầu năm nắng vàng tươi và trời gây gây ấm. Đêm nay, anh qua đoạn đường nầy một mình và chiều cuối năm, Tháng Mười-một âm lịch. Trời se lạnh, gió bạt mưa trái mùa ầm ầm rây rây.

Ba.

Ba bóng người đứng nép vào nhau dưới mái tranh, chòi quán đóng cửa bên cạnh đường dốc lên cầu Ba Thôn, chiếc cầu bắt qua con kinh nhỏ đầu xã Thạnh Lộc. Nơi nầy, đầu năm 1968 đơn vị anh thiệt hại ba sĩ quan khi điều quân vượt qua cầu tiến chiếm khu chợ. Cả ba đồng cấp đại úy, có người thuộc khóa trước và người cùng khóa sĩ quan với anh. Mỗi lần đi qua đây, anh luôn nhớ hình ảnh hàm râu lởm chởm của Khiêm, cầm người bị nạn nghếch nghếch khi thở hắt hơi cuối cùng. Cũng một năm Thân như ngày nầy. Bao lâu xong hết phần phiền muộn. Theo giòng bóng tối ta qua đây. Kẻ mất... Người sống tiếp cơn mộng. Anh chỉ còn cách nghĩ đến những câu thơ rời rạc khi đi qua mối tử-sinh.

Ba bóng người loáng thoáng ẩn hiện... Họ là ai? Khoảng đường nầy không người qua lại muộn. Người thôn quê vốn ngủ sớm, cũng là cách tiết kiệm đèn dầu. Anh quay xe, ghé sát mái hiên... Anh chị và cháu đi đâu? Cùng lúc nhận ra, gia đình gồm bốn chứ không phải ba. Trên tay người đàn ông có một gói nhỏ, đứa bé còn trong tháng, hai chân lòi ra như chân chó con.

- Dạ chúng cháu lên ngã Tư An Xương. Giọng người Bắc vùng quê, tội nghiệp, than vãn chịu đựng.

- Ngã tư An Xương xa lắm, cách đây đến hơn mười cây số...

- Vâng, chúng cháu biết. Người đàn ông nhướng cặp mắt mờ đục về phía anh, chứng tỏ tính chắc chắn của lời nói, chấp nhận hoàn cảnh.

...Làm gì được cho gia đình nầy? Hai vợ chồng còn trẻ, đứa con gái nhỏ dắt tay và đứa bé nằm trong đống tả. Thôi nhé, tôi biếu anh và cô chút tiền đi đường, Ở lại đây đi, mai đi tiếp, đường còn xa lắm.

Cho tay vào túi quần lấy hết tiền lẻ mà vợ chồng Giao-Thủy đưa anh lúc chiều để tiêu dịp lễ, Tết sắp tới. Đưa rất lẹ và phóng xe đi. Anh không muốn nghĩ gì và nghĩ thêm gì đây. Những người chết trên đoạn đường nầy, xuôi giòng kênh rạch, nơi lườn cầu và người đang sống kia... Ai nhọc nhằn hơn ai?! Người chết quả thực thua thiệt, nhưng người sống có được gì. Anh ngừng xe giữa cầu sắt Lái Thiêu, cầu bắt ngang sông Sài Gòn, nối Gia Định, Bình Dương. Sông dâng khói lớp lớp, mờ khúc quanh chảy về hướng Bình Triệu. Ông già ăn xin quen mặt vẫn còn ngồi dựa thành cầu.

- Khổ quá ông ơi... Giờ nầy sao còn ngồi đây, leo lên tôi chở về trong chợ, xin ai được nữa...

Ông già hếch mặt cười cười... Nụ cười trẻ nhỏ vô tư, tốt bụng... Khổ gì ông ơi... A Di Đà Phật, đời ông với tui đâu đã khổ, ông dzề đi... Mặc tui!

- Thôi cũng được, nếu ông không muốn, hôm nay tôi cũng hết trơn tiền lẻ rồi, cho người ta dưới Thạnh Lộc hết trọi. Anh mệt nhọc, giận dỗi bâng quơ. Cảm giác có lỗi và vô ích.

- Không sao, hôm nào có thì cho. Ông lão gõ gõ chiếc lon lên sàn cầu, nhìn xuống giòng sông, ư a câu vè, câu hát lẫn lộn.

- Chào ông, tui về.

Ông già bắt chéo chân, ngồi bình yên... Ừ... Mắt vẫn không rời mặt nước thấp thoáng dưới xa qua màn mưa, chập chờn ánh lửa từ lò gốm bên bờ hắt tàn đỏ.

Khi qua lồng chợ Lái Thiêu trời đổ mưa nặng hạt, anh ghé vào một hàng hiên. Đám đông người không rõ mặt, đứng chen chúc, tiếng ngắn hỗn độn cằu nhàu, thở than... Chiếc loa ở nóc trạm thông tin đang loan báo về những thành quả thâu hoạch, sản xuất, tin tức chính trị: "...nhờ đồng chí bí thư tỉnh ủy tỉnh Sông Bé cùng các cấp ủy đã xuống làm việc tận cơ sở và chỉ đạo sâu, sát nên nhà máy đã sản xuất được những mặt hàng tốt, chất lượng cao, hoàn tất kế hoạch năm 1992 trước thời hạn, đạt và vượt chỉ tiêu do lãnh đạo đề xuất... Công chúa Thái Lan đã đến thành phố Hồ chí Minh, phái đoàn thành ủy, ủy ban nhân dân thành phố, mặt trận tổ quốc, hội liên hiệp phụ nữ, hội đoàn kết Thái-Việt... Các em bé thành phố đã dâng lên công chúa những bông hoa tươi thắm...".

Anh nghĩ đến đoạn đường còn lại, ngõ nhỏ dưới lùm tre, lò bếp, ánh đèn dầu vàng đục và căn nhà kín cửa im lặng. Yên lặng đến mức nghe được chân hương cháy đỏ rũ tàn trên bàn thờ ảnh mẹ. Anh hằng nghe âm động im lặng đó, tiếng đêm chuyển dịch và trầm trầm sông trôi nơi xa... A Di Đà Phật! Đời tôi với ông đâu đã khổ... Thật đấy chứ nhỉ, đời ông lão ăn xin đâu đã khổ... Một thân, một mình, lát nữa về lồng chợ, chỗ ngủ quen thuộc, xị rượu lãng quên... Và anh, cũng không có gì để gọi là khổ; sung sướng nữa là đằng khác... Lo gì? Tính gì? Trí não trống không thênh thang, không nhu cầu, không hệ lụy... Dẫu là căn nhà tranh cũng kín đáo, ấm áp bội phần so với một sạp chợ bẩn thỉu, nơi ông lão ngủ nhờ và chắc chắn quá đỗi lớn lao đối với mái hiên của gia đình nặng con nhỏ trú đỡ trên đường xa... Hai đứa nhỏ quá... Trời ơi! Anh lấy áo khoác ni-lông trong túi xách ra. Mấy ngàn đồng lẻ vừa rồi thay đổi được gì đâu. Anh quay đầu xe trở lại, hướng cầu sắt.

Chái hiên nơi chân cầu Ba Thôn trống vắng. Anh đi thêm vài phút, dưới luồng sáng đèn xe, những hình người chạy lúp xúp, con trẻ bước theo bố mẹ ngã nghiêng...

Bốn.

Đứa bé gục xuống ngay trên tay lái xe Honda, người đàn ông (đúng ra đang ở tuổi thanh niên, chỉ do khốn khổ hóa nên tơi tả, khờ khạo) vòng tay ôm chặt người anh, gói tay nải lên giữa bụng.

- Ông cho cháu giữ thế nầy nhá, cháu bị mù. Giọng nói

còn trẻ, chân thật, vùng quê xứ Bắc.

- Anh ở đâu, người Bắc sao đến nơi nầy?

- Vâng cháu là người ngoài ý, cháu, ý... là bộ đội!

- Bộ đội sao đến nỗi thế? Ở đâu đến đây?

- Vâng... nhà cháu đi từ Lộc Ninh xuống.

- Gì... Từ đâu?

- Dạ... Lộc Ninh, vùng kinh tế mới ở trên ý...

...Lộc Ninh, An Lộc, cầu Cần Lê, Xa Cam, Chơn Thành, Bến Cát, Bình Dương... Đoàn người gánh con chạy giặc năm 1972, chạy "hòa bình" 1973... Và cuối cùng chạy "giải phóng" tháng Ba, Tư năm 1975. Người Thượng, người Kinh, người vào Nam cạo mủ cao su trước 1945, người di cư 1954... Đoạn đường trăm cây số nầy người Việt Nam sao chạy hoài không hết. Không bao hết những người bế con, cõng cha mẹ già đi dọc theo những dặm trường thống khổ quê hương...

... Bé...Bé!... Dậy đi con, dậy để ông dễ lái. Người cha lay đứa con nhưng vô hiệu. Nhà cháu đi từ hôm kìa, ngày nghỉ đêm đi. Cháu bế con, mẹ cháu dẫn đường, dắt cháu bé nầy; tội nghiệp cháu mới tám tuổi, phải đi hai ngày đường, vừa đi vừa ngủ gật... Không tiền đi xe, đi đến đâu xin ăn đến đó.

- Bộ đội, sao anh phải đến tình cảnh nầy? Anh bỏ dở câu hỏi, vì chợt nhận ra đang nói đến một điều thừa.

- Cháu bị mù ngày giải phóng Đà Nẵng, khi vào đánh chiếm chỉ huy sở quân ngụy.

- Còn ai ở đấy để anh đánh đến đỗi bị thương mù mắt?

- Chẳng ai làm cháu gì hết... Bọn ngụy chạy tất... Chỉ do cháu tự gây ra mà thôi... Ấy là nhân bắn quả B40 vào cụm máy, máy nó phát nổ và cháy ra cái khói sáng gì đấy... Mắt cháu nhiễm phải nên bị mù ngay... Y sĩ ngụy cũng không chữa được

- Bác sĩ nào của ngụy?

- Thì quân giải phóng bắt được tại đấy, chúng nó có bao nhiêu là thuốc, phòng mổ rét đến khiếp... Cái số cháu quả không may... Thế nên rốt cuộc phải mù!

- Anh mù thế mà không được trợ cấp gì sao?

- Có ạ, trên cho cháu nằm viện, xong chuyển ra trại an dưỡng... Cháu gặp mẹ cháu tại đấy. Sau nầy lãnh đạo điều gia đình cháu đi Lộc Ninh... Từ năm 1982, mười năm rồi đấy.

- Lên Lộc Ninh làm gì?

- Dạ, làm kinh tế... Vùng "kinh tế mới" quy hoạch trồng tuyền cao su,

- Anh mù thì làm gì được?

- Mẹ cháu đấy chứ, cháu chỉ ở nhà nom các con. Đến khổ, phải để cho hai đứa lớn vào rừng kiếm củi, chúng đạp phải mìn, mìn bọn ngụy để lại đấy mà (giọng anh nghẹn lại). Còn hai đứa bé nầy mắc phải sốt rét, cháu sợ mất con nên bỏ về đây... Con bé nó đang sốt đấy ạ. Giọng kể bình thản trở lại, hình như có phần hân hoan vì tìm được "nguyên cớ" chính xác làm chết hai đứa con lớn (tức do "mìn bọn ngụy để lại", nghĩa là không thuộc phần trách nhiệm của anh), và đã quyết định đúng đắn để bảo vệ hai đứa còn lại. Nỗi sung sướng của người thoát cảnh chết, rất bằng lòng cùng phần cơ thể bị mất đi.

Khi xuống cây xăng ở ngã tư An Xương, người lính tỏ vẻ ngần ngại. Anh hiểu ý... Đừng lo, tôi đã hứa thế nào tôi cũng làm. Đợi một lát cho mát máy, tôi vòng lui chở vợ anh, từ đó lên đây một giờ, một vòng mất hai tiếng. Anh đừng sốt ruột.

- Không, nhà cháu không có ý ấy, chỉ thấy ông quá vất vả vì chúng cháu... Cháu không biết lấy gì đền đáp... Cháu muốn nói...

- Đừng thắc mắc, tôi không lấy tiền xe anh đâu, anh không nhớ lúc đầu đêm, tôi có biếu tiền cho anh và cô mà...

- Ô hay, thế ông là người cho chúng cháu tiền khi đứng trú

mưa đấy phỏng?!

- Tôi đấy, không những thế, tôi còn cho nhiều hơn được nữa. Đợi tôi đưa vợ con anh đến hẳn tính.

- Ông nói thế, chứ chúng cháu không dám đòi hỏi gì thêm. Người lính đến giờ nầy vẫn không tin sự việc đang xẩy ra, đừng nói điều lớn lao hơn. Và để thêm phần chắc chắn anh hạ giọng... Ông ạ... Cho cháu vô lễ nhá...

- Anh cứ nói...

- Ông là cán bộ công tác ở cơ quan nào đấy ạ?

Anh cười trong bóng tối... Tôi không phải cán bộ gì đâu... Thật ra anh muốn có lời..."Tôi là người hứng trái B40 ngày anh vào "giải phóng" Đà Nẵng. Anh mất đôi mắt và hai đứa con, nhưng tôi và nhiều người nữa mất hẳn cuộc đời. Mất hết cuộc đời." Anh lên xe sau tiếng cười... Nói lớn: "Bố tôi cũng bộ đội như anh, nhưng ông ta chết rồi!" Anh nói điều thành thật.

Năm.

Người đàn bà bế con đứng chờ anh trong bóng tối. Khác với người chồng bị mù, chị xoay trở vụng về với đứa con trên tay, trong động tác leo lên ngồi sau yên xe.

- Chị sao thế, chuyền tay nải cho tôi, đặt cháu bé giữa tôi và chị, nhớ giữ cho kỹ... Té là khổ đấy...

- Dạ... Ông chạy chầm chậm cho con... Con bị hư tay, giọng người Quảng Nam buồn bã phiền phiền.

- Tay chị bị hư làm sao?

- Con... con là... "dũng sĩ diệt Mỹ"!

- Chị có nói quá không đấy?

- Con thưa thật mà... Con còn có bằng tuyên dương "Anh hùng lao động" và "Huân chương kháng chiến" lát nữa con trình ông xem.

- Tôi xem làm gì. Và để nhắc nhở chị ta khỏi ngủ, anh đi chậm, nghe được và ráp nối nên câu chuyện sau....

...Năm 1965, người đàn bà ngồi sau lưng anh là một cô bé gái mười hai tuổi. Bé nhập vào đám người sống quanh các bãi rác, căn cứ Mỹ... Quảng Nam, Đà Nẵng nơi lính Mỹ đổ bộ đầu tiên, bãi Nam Ô. Từ Nam Ô, quân Mỹ mở rộng vòng đai phòng thủ chung quanh Đà Nẵng, chiếm đóng các cao độ trên dãy núi Tường Phước, những đầu mối giao thông dẫn vào thành phố, mặt bắc phi trường. Bé hằng ngày hai tay hai chai coca đến gạ bán cho đám lính thiết giáp bảo vệ toán công binh làm cầu Cẩm Lệ, nhánh sông Thu Bồn chảy qua Đà Nẵng vòng dưới chân núi Non Nước.

Hai chai coca thỉnh thoảng mới được bán, nhưng hằng ngày bé trở về với nhiều gói kẹo, sô-cô-la bọc giấy bóng nhiều màu sắc. Lính Mỹ vốn yêu trẻ con, cô bé lại có nét mặt thanh tú, mái tóc khô se che nửa mặt không làm cho bé mất nét linh động, tinh anh. Đám lính thiết giáp, công binh dần quen thân với bé, họ đưa cô nhỏ lên ngồi trên khung pháo tháp chiến xa, cho vào ẩn trong các vòm kim loại (để săn làm cống) khi trời mưa gió. Họ gọi bé "baby coke". Thoạt đầu cô không hiểu sau dần quen.

Bé cũng lần biết và gọi những tên nghe tức cười... Bốp, Dôn... hoặc nhiều âm như "Lồ... me lồ"... v.v. Và bé cũng dần quen với những công việc không ai biết... Đổ cát vào nòng súng, nhét những gói ni-lông nhỏ đựng một thứ nước gì đấy vào những lỗ hổng của máy phát điện, máy cầy, máy nổ, máy truyền tin... Tất cả do mẹ dặn sau một thời gian "điều nghiên". Điều nghiên, chữ của chú Sáu Cơ nói với mẹ nhiều lần.

Sau thời gian "điều nghiên" và thực hiện đúng những lời căn dặn trên, bé được mẹ yêu thương, chiều chuộng hơn hẳn các em. Cầu làm xong, đám lính công binh đi chỗ khác, lính thiết giáp ở lại, làm nhiệm vụ hằng ngày di chuyển theo con lộ, quanh căn cứ, có những người lính đi bộ dọc hai bên đường theo đoàn xe. Từ nhà, thường nghe những tiếng nổ lớn, lính Mỹ bắn vu vơ, xe thiết giáp sùng sục chạy xuống ruộng và trực thăng bay lồng lộn bên bãi cát, trên đồng lúa. Bé biết tiếng nổ đó ở đâu và do ai. Bé có được mối hân hoan pha lẫn nặng lòng.

Năm 1968, cô bé đã là một thiếu nữ cứng cáp khôn lanh để không đi bán Coca nữa, mà hành nghề rửa xe nơi bãi cát dưới chân cầu. Bé kiếm được những món tiền khá dễ dàng mà công việc cũng không lấy gì nặng nhọc. Mẹ còn cho phép bé lân la thân mật với những người lính trẻ. Những người lính tóc vàng, đôi mắt xanh, thường nói với giọng đùa cợt... "I love you baby". Cô bé không hiểu nghĩa lời nói nhưng chắc đó là một ý vui, nên chỉ lắc đầu cười rạng rỡ. Bé cũng biểu lộ mối cảm tình với đám lính bằng cách rửa xe thật sạch, trả lại những đồng tiền quá giá biểu, nhưng cũng biết tránh né những đụng chạm lộ liễu với ánh mắt vụt trở nên nghiêm nghị, lách thân mau mắn khỏi những ngón, bàn tay suồng sã.

Do từ những tiếp xúc, nghe ngóng, dò hỏi... Cô dần biết khoảng thời gian, số lượng xe, người di chuyển vào ra qua ngã cầu Cẩm Lệ. Những tiếng nổ vì thế trở nên chính xác và hiệu quả hơn. Trên mặt cát, dấu máu người rây rây kéo dài đến mấy ngày sau.

- Nhưng tất cả cũng tại vì con. Người đàn bà kết luận.

- Tại vì cô như thế nào? Anh chuyển xưng hô vì một nỗi e ngại mơ hồ, phần mệt nhọc bất chợt nên câu hỏi lạnh nhạt trống không.

- Do con ham quá! Thấy các chú quá khen nên hôm đó thay vì chỉ chôn một trái, con cột thêm khối bê-ta, cái kíp nổ nó bị chạm, con bị toét bàn tay...

- Sau khi kíp mìn bị nổ, ai đưa cô đi cứu cấp?

- Mỹ... Mấy người Mỹ thường ra giữ đường, rửa xe... Họ kêu trực thăng xuống. Trực thăng đáp ngay lên chỗ chôn mìn... Mìn nổ, chiếc tàu bay bị bung lên... Người Mỹ bắn súng chết liền. Ông ta chết đè lên người cháu, nên cháu chỉ bị thương ở cánh tay. Tay cháu hư là vì lần nổ thứ hai nầy, bị phá lên thấu vai.

- Sau đó sao nữa?

- Con nằm nhà thương Mỹ, xong chuyển qua nhà tù của ngụy.

- Sao lại nhà thương Mỹ?

- Vì... vì... họ không biết cháu chôn quả mìn và làm những chuyện trước đó. Ngày nào cũng có cô y tá Mỹ biết tiếng Việt Nam vào kể chuyện, cho bó bông, và nhiều đồ chơi, nhưng sau đó bên ngụy người ta biết... Họ vào nhà thương lấy cháu đi.

- Người Mỹ không nói gì cô à...

- Lúc đầu, ở nhà thương người ta không cho cháu đi, nhưng sau đó cô y tá bảo vì cháu là "vi-xi" nên phải trả lại cho phía ngụy. Bọn lính Sài Gòn đem nhốt cháu tuốt trong Biên Hòa. Trong nhà tù cháu được vào đoàn, sau đó kết nạp đảng do chi bộ nhà giam Tân Hiệp chủ trì. Các dì bảo cháu sẽ là một "chị Ba Định" hoặc "dì Nguyễn thị Riêng" của đất Quảng anh hùng...

- Cô ở tù bao lâu. Anh ngán ngẩm, tưởng đang kéo khối nặng trì trợm một cách vô ích.

- Đâu khoảng hơn ba năm, năm 1973, bọn ngụy trả cháu về cho chính phủ lâm thời Cộng Hòa miền Nam Việt Nam ở Quảng Ngãi. Ngày giải phóng Đà Nẵng cháu vào tiếp thu, xong được bố trí công tác tại trại an dưỡng thương binh. Cháu gặp anh ấy ở đấy, trên kết hợp hôn nhân cho chúng cháu. Ban quản lý bệnh viện bảo chúng cháu là "điển hình tiên tiến" của tuổi trẻ thời đại Hồ Chí Minh. Những chữ, cụm từ trơn tuột không vấp váp...

- Anh và cô chỉ được chừng ấy thôi sao...?! Anh nghe có nỗi hờn giận u uất, cho người và cả cho mình.

- Cháu được biểu dương, có "huân chương kháng chiến", được danh hiệu "dũng sĩ diệt Mỹ". Và giọng nói trở nên mạnh mẽ hào hứng... Năm 1981, cháu được cấp ủy Quảng Nam, Đà Nẵng đề xuất làm đại biểu tuổi trẻ đi dự đại hội liên hoan thế giới ở La-ha-ba-na; nếu đừng có những mảnh vụn vì trái mìn làm nám ở mặt và biết nhiều chữ, cháu sẽ đọc diễn văn ở đại hội chứ không phải chị Võ thị Thắng. Nhưng cháu được chụp hình chung với "dì Ba Định" và đồng chí "phi-đen-cát-ít-xì-tơ-rô". Giọng chất ngất hân hoan.

- Cái hình còn không? Anh hỏi nhạt nhẽo vì câu chuyện không thể chấm dứt, chứ không do tò mò tìm biết.

- Còn chớ, và được sang ra làm nhiều tấm to bằng nửa cái cửa sổ treo ở Nhà Thanh Niên, Trụ Sở Ủy Ban Nhân Dân Tỉnh, Hội Liên Hiệp Phụ Nữ, thành đoàn và cả Nhà Văn Hóa Thiếu Nhi. Đó là tài sản chung của tập thể chứ không phải của riêng cháu. Các chú cấp cao nói như thế và cháu cũng phải "chấp hành" thôi.

- Thế cô đi Lộc Ninh từ bao giờ? Anh muốn kết thúc câu chuyện, vì đã đến điểm không còn điều hân hoan. Cách chấm dứt mau lẹ một mối đau!

- Sau khi cháu đi Cu-ba về; các chú ở trên chấp hành nghị quyết của lãnh đạo, theo lời dạy của Bác Hồ "Đâu cần thanh niên có. Đâu khó có thanh niên..." Lộc Ninh là vùng mới giải phóng lại bị càn nặng trong chiến tranh, nên cần cán bộ khung làm cơ sở, nhất là để tuyên vận thanh niên... Những từ ngữ quen thuộc tuôn ra mau chóng, người đàn bà đã quên mất cánh tay hư, người chồng tàn tật, hai đứa con bị đạp mìn, đứa bé trong cơn sốt rét, trăm cây số đường dài từ Lộc Ninh và một tương lai khởi đi từ ngã tư An Xương, một nơi đang đi đến.

Chín giờ đêm, anh đến Ngã Tư An Xương lần thứ hai. Người chồng và đứa con gái ngồi chờ ở mái hiên, anh ta giương tròng mắt trắng đục nhìn xuyên màn đêm dày ngóng vợ, con.

...Mẹ... mẹ... Mẹ đến rồi bố ơi!

Người thanh niên đứng vụt dậy. Anh khua gậy lên mặt nhựa đường... Mình... mình... Mẹ... mẹ... đâu... Và khi giữ được vợ con trong tay, anh bật khóc... Bây giờ nhà cháu xin nói thật, nhà cháu xin lỗi ông, cháu tưởng ông không trở lại, ông đưa mẹ cháu đi luôn mà... mà... Cháu, mà cháu cũng... muốn thế!! Mẹ con nó quá khổ... Cháu không đành!

Anh cười thảm hại... Tôi đưa vợ con anh đi luôn làm gì và đi đâu?! Tôi cũng không khá hơn tình cảnh của gia đình anh, còn tệ hơn nữa là đằng khác! Thật ra anh cũng đã hiểu rõ ý nghĩ của người thanh niên từ chuyến đi đầu tiên. Không có tình thương trong cuộc sống của những con người nầy, nếu có cũng quá đỗi hiếm hoi.

Anh lấy trong túi xắc tất cả số tiền vợ chồng bạn vừa đưa khi chiều để dùng vào dịp Lễ Giáng sinh và đầu năm dương lịch... Đây nha, tôi chỉ có chừng nầy, anh và cô giữ cho cháu, ngày mai dùng đi đường, cháu nhỏ không còn sức đi thêm nữa... Nhưng anh và cô đến Ngã Tư An Xương nầy làm gì?

- Chúng cháu định đi Tây Ninh. Người vợ sau khi đã đầy đủ chồng con, lấy lại thế chủ động, mau mắn như sẵn có.

- Làm gì trên Tây Ninh?

- Chúng cháu đi... ăn xin. Người thanh niên can thiệp. Đôi mắt mù cho anh mối tự tin không ngượng mặt.

- Đi ăn xin thì cần gì phải lên Tây Ninh, sao không về Sài Gòn... Anh cũng không chờ câu trả lời, phóng vụt đi. Điều phiền não trong lòng đã quá đỗi lớn lao. Hình như mắt cay cay.

Khi anh trở lại cầu sắt Lái Thiêu, trời đã qua khuya, mưa tạnh hẳn, trời cao, mây bàng bạc, trăng hạ tuần biên biếc. Anh ngừng xe nơi ông lão hành khất ngồi ban chiều, nhìn xuống giòng nước sâu đen... Sóng cuốn trăng trôi theo dáng sông. Ánh lửa chài đêm chập chờn đầu sông, phía Bình Dương... Nhìn trái, phải, hai nhịp thành cầu im lặng ướt sương và cơn mưa vừa qua. Nghĩ được gì đây? Có con thuyền nhỏ dật dờ xô đẩy dưới chân cầu. Anh đi đến, nhìn xuống. Bước chân chạm sàn cầu nghe âm u... Thuyền tối sẫm, chỉ bồng bềnh dáng người ngủ say, chân buông thỏng trên sóng nước... Hóa ra lời ông già ăn xin nói ban chiều mới thật đúng... A Di Đà Phật... Ông, tôi đâu đã khổ! Kể cả người nằm say trên dòng sông dưới kia.

Những ngày cuối cùng ở quê hương.
Viết cho tất cả những người đã sống, chết của hai bên.
Không có gì thay đổi như giòng sông...

Tháng 11, 1993.
Trước lần ra khỏi nước.

Sáu.
Những dòng sông
chảy qua vùng đá sạn...

Vào chuyện

Khi cô phụ tài Xe Đò Hoàng tuyến đường San José-Westminster (Bắc-Nam Cali) mở băng DVD ca nhạc trình diễn màn hát Quan Họ, thì hai người khách đàn bà bắt đầu câu chuyện với cách bí ẩn riêng tư, diễn tả qua từng nét mặt, âm tiếng thay đổi theo cảm xúc.

- Bà biết hát Quan Họ nầy hay như thế nào không?

- Làm sao biết được, giỏi lắm là ngâm nga theo điệu "Người ơi người ở đừng về..." Mà bà có hơn gì tôi để ra câu đố nầy nọ?

- Biết là vậy, tôi với bà di cư vào Nam năm 1954 còn "oắt tì xà lai", làm sao biết "ngoài Bắc ta" có cái gì, may ra còn giữ được giọng Hà Nội khác với mấy cậu, mợ 75, "iem ở hà lội... suốt" Theo ông bố vào ở cơ quan Hỏa Xa Đà Nẵng, đi học trường Bà Sơ dưới Nhà Thờ Con Gà bị tụi bạn trêu "Bắc kỳ ăn cá rô cây nên hô răng...", thế nhưng, biết được cái hay của Quan Họ là do đứa chị kể lại sau nầy...

- Chị nào, chẳng lẽ mợ Nguyệt nhà bà lại biết được những điều mà tôi với bà không biết ra...

- Không, đây là nhỏ chị họ ngoài Bắc, gặp sau nầy ở Mỹ. Nó qua đây làm đại diện thương mại gì đó cho bên Việt Nam, gọi là chị (tuy nhỏ tuổi hơn), nhưng vì là cháu ngoại lớn của bà cả, nó đẹp lắm, giống như Romy Schneider trong phim *Sissi*[1].

- Bà có nói quá không, người ngoài Bắc đẹp đến cỡ Brigitte Bardot mà chụp cái nón cối lên đầu như em Jane Fonda thì trông cũng chẳng giống ai... Mà bà ngoại cả là sao?[1]

- Thì ông ngoại tao (khi "tôi" trở thành "tao", hoặc "bà" hạ xuống "mầy" tức là câu chuyện đã đi vào đoạn gay go, khẩn cấp) là người Tàu... Tàu chính gốc, có đến chín bà vợ, đại gia đình sống như trong chuyện Hồng Lâu Mộng. Bà tao thứ Tám, ông lấy từ bên Miên đem về Sài Gòn, xong đưa ra Bắc nên mợ tao có tên ấy mầy không thấy sao...

Nhỏ chị ấy sinh đúng một năm sau di cư, 1955 tại Phố Hàng Đường, Hà Nội. Nó tuổi Mùi thua mầy và tao đúng mười tuổi. Nhỏ hơn mười tuổi như nỗi đau, cảnh khổ của nó so với của mầy và tao cứ như núi, dẫu rằng mầy với tao chịu nạn sau "30 Tháng Tư, 75" cũng đã nát người... Chồng đi tù cải tạo, một thân nuôi con, vượt biên đến Mỹ với thứ tiếng Anh Anglais Vivant nói đến gẫy lưỡi, mỏi tay... Nhưng dù sao bọn mình còn có an ủi với "hai-mươi mốt" năm nơi Miền Nam, và cuối cùng cũng đến được đất Mỹ. So với nhiều người, mầy và tao còn "hạnh phúc" hơn bao nhiêu kẻ khác... Cứ như cảnh chị nhỏ ấy, tao sợ chịu không thấu...

- Mầy nói thì tao nghe, nhưng với cảnh khổ, ai có thể so sánh với ai, mấy ai nói mình khổ hơn hay khổ kém bao giờ... Người bạn trầm giọng bùi ngùi, thương cảm... Đời mầy cũng quá sức rồi, từ "*sáu-mươi, bảy-mươi...*", tiểu thư lái Mazda 1500, Mustang Capri đưa con đi học... Qua "*bảy-lăm*" đẩy xe trâu làm ruộng dưới Suối Nghệ, Bà Rịa; rồi với hai con

---

1 *Những nữ tài tử điện ảnh Mỹ, Pháp nổi tiếng trong thập niên 50, 60, 70...*

nhỏ chưa đầy mười tuổi vượt biên qua Thái bằng đường bộ Campuchia giữa bầy lính Polpot thôi cũng đủ đáng sợ như chuyện kể trong *Papillion*, lại thêm mấy năm ở Trại Cấm Sikiew, Thái Lan coi như ở tù không án...

- Chuyện tao kể ra cũng thường so với vạn, triệu người Nam. Đời chị nhỏ ấy diễn ra theo cách khác, điển hình cảnh khổ của người Miền Bắc, lại là đàn bà có học, tài sắc, gia thế... Tao không nói điều tưởng tượng. Nghe ra chuyện mầy sẽ thấy lời tao chưa đủ. Nó lại luôn chịu cảnh khổ một thân, một mình...

- Sao lại một mình, chồng, con nó đâu...

...Đấy lại là một đầu mối của đau thương đời nó... Đầu mối lớn nhất.

Một.

Bé Giang Thanh sáng đẹp như khối ngọc toàn hảo. Sinh ra trong một chiếc túi đỏ rực - Đẻ bọc điều năm tuổi Mùi *"không chùi cũng sáng"*, 1955. Và cô bé đã nhận ngay ân huệ lớn: Đau đậu mùa lúc lên ba, nhưng dù chữa chạy qua loa bằng thuốc ngoại khoa cũng hết bệnh, chỉ để lại những chấm sẹo nhỏ trên cánh mũi như là nét duyên. Sống mũi cao chạy thẳng lên trán biểu lộ trí sáng và sự cương nghị.

Nghe kể lại, ông ngoại thường bế đặt lên đùi, nhìn vào mắt cháu nói lời thương yêu: "Tội nghiệp cháu tôi phải phận con gái... Giá như là con trai thì dễ đương cự hơn với tử vi "Mệnh vô chính diệu, Địa Không, Hỏa Tinh độc thủ...", bởi ông là người thâm cứu tử vi, thấy ra phận người đau thương qua lá số. Ông đặt tên nó là Giang Thanh, như bà Nguyệt nhà tao được gọi là Minh Nguyệt, theo ý thơ của Lý Bạch. Bà ngoại, vợ cả của một gia đình gồm tám phụ nữ tứ xứ, thuộc nhiều chủng tộc, sắc dân khác nhau, ông lấy về trên đường làm ăn phiêu bạc khắp Đông-Nam Á...

Nơi khởi đầu từ Vân Nam, đầu nguồn sông Thanh Thủy, dừng chân, dựng sở tại Hà Nội-Hải Phòng sau khi liên kết với viên chánh sở mật thám Pháp, Đại Úy Favani xây dựng nên đường dây nha phiến qua ba trục Côn Minh-Hà Nội-Sài Gòn. Cũng bởi viên đại úy người Corse[2] nầy cùng chung sở thích - Đàn bà và thuốc phiện - Những thú vui tuyệt vời (lại sinh lợi tối đa) ông ta tiếp nhận, áp dụng, và khai triển bài học kinh nghiệm từ viên chỉ huy, Thiếu Tướng Tư Lệnh De Linares.

Phần gia chủ Uông Đại Dụng, dẫu xuất thân Đại Học Côn Minh, học viện cổ kính có từ Thế Kỷ 15 với tòa đại sảnh cao 99 bậc thềm nổi tiếng là một di tích lịch sử của thủ phủ Tỉnh Vân Nam, nhưng ông đã thấy rõ sự vô ích, vô dụng của học vấn, lại là chữ Hán, không mấy ai dùng. Ông quyết chí làm giàu... Có tiền tức có tất cả - Tiền vi tiên. Ứng vạn biến. Ông gieo trồng, chế biến, sản xuất ra thứ đem lại nhiều tiền nhất: Thuốc phiện. Và tùy theo tình hình chính trị, thời cuộc quân sự, ông cũng là đầu mối chuyển một thứ hàng nguy hiểm không kém thứ thuốc kia: Thuốc súng, đạn, bom...

Ông bán súng, đạn cho những phe phái cần thiết đến chúng, không phân biệt họ là ai: Thổ phỉ, cộng sản, đảng phái tư sản, kể cả kẻ tống tiền, giết mướn... Bán cho ai, ông báo cho viên đại úy biết. Nếu cần, người nầy cung cấp thêm hàng cho ông tìm nơi tiêu thụ. Quanh bàn đèn, Đại Úy Favani nói lời khen ngợi:

- Ông là người khôn ngoan nhất Đông Dương.

Uông Tiên Sinh không trả lời, ông đứng dậy châm hương lên bàn thờ - Bàn thờ do bà cả thiết lập với những mẫu tượng thánh thần sơn son thiếp vàng rực rỡ...

- Đại úy nói quá lời, tôi chỉ làm theo cố vấn của nhà tôi.

Ông nói thật vì bà cả đã từng vào Sài Gòn với một cây

---

2 Corse: Đảo Tây-Nam nước Pháp, vùng Địa Trung Hải, nổi tiếng với cư dân có tâm lý, tính khí mạnh mẽ do thổ ngơi, địa thế, môi trường cằn cỗi, khắc nghiệt.

roi mây. Bà đến ngôi nhà (Đường Trần Nhật Duật, Tân Định, sau nầy gia đình tao ở trước 1975, mầy đã tới chơi mấy lần - Người kể chuyện nhắc nhở) mà ông mua riêng cho bà ngoại tao, nói lời đĩnh đạc, kể cả:

- Cô đừng sợ, đàn bà với nhau, tôi phải giữ cho cô, tội là do lão ghê gớm nầy!

Bà ghìm ông tao xuống, bà sử dụng những thế võ như thế nào đó (ông tao cũng thuộc loại cao thủ, nhưng không chống lại) Ông nằm im nghe vợ kể tội:

- Cô ấy còn trẻ, mới mười sáu tuổi, ông phải biết làm thế là thất đức, tôi sẽ chuộc phần lỗi của ông bằng cưới hỏi đúng lễ để chính thức xin cô ấy về... Nhưng nay, phải trừng trị để ông biết thế nào là nghĩa vợ chồng mà ông đã nhiều lần gây nên điều xúc phạm xấu hổ (Đối với tôi và cũng đối với cô ấy). Lần nầy là lần thứ tám, lần cuối cùng.

Ông nằm im nhận mấy chục roi phạt, xong đứng lên cầm tay bà cả:

- Tôi xin lỗi mình. Anh xin lỗi em.

Ông quay qua nói với bà tao. Khi trở ra Bắc, ông đưa bà tao lên chiếc xe đua mui trần màu đỏ chạy từ Hà Nội về Hải Phòng, mặt căng kiêu hãnh với điếu xì gà ngậm ngược chỉa lên trời! Bà cả ngồi băng sau cười cười coi như không có gì.

- Mầy vẫn chưa nói gì về nhỏ chị tuổi Mùi kia?

- Tao phải nói rõ ra như thế để mầy thấy ông tao, bà cả, bà bác (mẹ chị nhỏ ấy) ra sao để hiểu nó ảnh hưởng những gène như thế nào từ mẹ, bà, và ông ngoại. Nó là tổng hợp của những người kia với mức độ cao nhất - Cao nhất về sắc sảo tính khí, hạnh phúc, khổ đau kể cả dáng vẻ rất lạ của nó... Cổ không chỉ cao ba ngấn mà đến những năm ngấn.

- Thế mẹ nó như thế nào, bà bác của mầy?

- Bà ấy là một trong những người đầu tiên (lại là phụ nữ)

đi Pháp học về âm nhạc qua bảo trợ bởi lão mật thám người Pháp kia (đã trở nên là một người thân trong gia đình ông tao). Trong nhà gọi là "ông Pha" và chỉ dùng tiếng Việt để nói chuyện. Bác tao kể: Ông ấy đã có nhận xét trong một bữa ăn: "Tôi ăn đủ năm trăm thứ phô-ma của Tây ("Tây" chứ không là "Pháp"), tôi cũng nếm hết các thứ mắm của "ta"... Biết phân biệt nước mắm nhĩ khác nước mắm pha như thế nào. Nghĩa là tôi ăn tất không bỏ sót một thứ gì!"

Lão ấy bảo trợ bà bác tao đi Pháp học không phải không có mục đích, lão muốn gia tài của ông tao lọt vào tay người nhà của lão. Lão tính trước bà bác tao cho ông con trai ngoại hôn (mà lão bảo là con nuôi để tránh trách nhiệm với bà người Việt sinh ra ông con nầy, lấy cớ mắc chứng *tráng dương sậu tinh*, thêm nghiện nặng thuốc phiện nên không thể có con, lại là con trai). Ông nầy lúc ấy là thiếu úy Tiểu Đoàn 3 Nhảy Dù là đơn vị năm 1954 nhảy xuống Điện Biên Phủ trước tiên...

- Làm sao mày mầy rành chuyện lính tráng, nhà binh đến như thế?

- Thì ông Nhân nhà tao năm *"tám-chín"* sau khi đi tù về có theo mợ tao đến gặp ông nầy ở nhà Đường Nguyễn Trãi Sài Gòn. Lính gặp lính nói ra biết ngay, lại là lính Nhảy Dù không có bao nhiêu đơn vị. Dịp ấy, mợ tao mới biết vụ việc của bà bác tao, bà cả, ông ngoại ngoài Bắc sau *"năm-tư"*. Thực tế xẩy ra đáng sợ, kinh hoàng hơn bất cứ câu chuyện nào người trong Nam nghe được, tưởng tượng ra...

- Mới nghe mầy giáo đầu đã thấy bày ra như một đống bùi nhùi, đến chuyện thật nữa không biết lường tới đâu. Nhưng mầy cũng chưa nói gì đến nhỏ chị kia...

Thủng thẳng, chuyện phải có đầu đuôi, xe chưa ra Đường 152 (Giao lộ nối hai Xa Lộ Liên Bang 101, và Số 5), nếu kể chưa hết, tao bảo ông Nhân kể tiếp, viết lại cho mầy xem. Ông ấy còn có dự định đưa người, việc thật nầy vào một cuốn truyện dài nữa... Cũng bởi, có ông Đỗ chủ báo Thời Luận, bạn ông ấy đã viết về cảnh khổ, nỗi đau của người đàn bà Miền Nam rồi. Nay ông ấy phải viết về Miền Bắc cho cân phân, cũng để trả ơn quê vợ. Để tao kể tiếp...

Trước khi vào Nam, ông tao cho tập hợp đủ tám bà vợ và chia phần dưới sự quyết định của bà cả. Những chậu trồng ngải dưới chân bàn thờ đều được mang vào phòng riêng, đào vàng lên, chia thành tám phần khác nhau tùy theo nhận định của bà về khả năng giữ gìn, sinh lợi của mỗi người... Phần những bà kia như thế nào tao không rõ, phần của bà tao được quyết định như sau: "Cô Tám, cô là người nhỏ tuổi nhất, nhưng cô đã chứng tỏ đủ sức thay thế tôi. Cô giữ phần lớn nhất. Cô mang năm trăm lạng vào Nam theo chuyến máy bay sớm nhất với con, cháu nhà cô. Mẹ con cô vào trong ấy trước để nhỡ ngoài nầy có gì bất ổn, nhà còn đường xoay xở." Bà tao rúng động: "Nhưng còn anh, chị, các chị ngoài nầy, đưa hết cho em, nhỡ em giữ không trọn, lỗi ấy nặng lắm." Bà cả cười nhẹ: "Tôi không lầm người. Ngày đón cô về nhà nầy tôi đã có ý ấy. Bao năm qua một tay cô coi hết khu mỏ A-pa-tít trên Quảng Ninh, Hòn Gai... không mất một đồng cân. Cô còn giỏi hơn Chú Sáu, đã mở được một tuyến đường thủy vững đến thế mà bị phía Quảng Đông làm cho sạt nghiệp."

Bà tao và mẹ tao vào Nam, sẵn vốn ấy mới mở rộng buôn bán như mầy thấy... Vì bố tao làm hỏa xa ở Đà Nẵng, nên mợ tao biết cách thuê riêng một tuyến tàu, hằng tuần chở gạo từ Sài Gòn ra miền Trung. Kỳ ấy, mày, tao mới biết nhau ở Tuy Hòa, năm "năm-bảy"...

- Chuyện của gia đình mầy bao nhiêu lâu quen thân tao biết rõ, kể về gia đình ông mầy ở lại ngoài Bắc với chị nhỏ kia thôi. Người nghe chuyện nôn nóng... Và tao cũng thắc mắc, ông mầy, bà cả khôn ngoan, tinh tế như vậy, lại thêm bà bác mầy nữa, mới nghe qua chuyện cũng đã thấy ra là hạng người không thường... Thế sao lại không tính đường đi vô Nam, chẳng lẽ tin lời tuyên truyền của cộng sản nên ở lại?

- Về lý do chính trị tao không rõ, nhưng theo lời mẹ tao hỏi lại ông bố con Giang Thanh hôm gặp ở nhà đường Nguyễn Trãi thì sự thể là thế nầy... Ông tao nói với bà cả và bà bác: "Tộc họ Uông vốn chủng người Bạch, người Bố thuộc nhóm Di ở Vân Nam, từ ngày xưa đời Đường, Tống đã không thuận với người Hán ở phương Bắc, bên Quảng Đông, Quảng Tây; dẫu có lúc Tưởng Giới Thạch phải rút về Trùng Khánh để chống cộng sản, cần mượn đường Côn Minh để nhận tiếp tế, quân viện Mỹ từ Miến Điện đưa lên. Vụ công ty tàu đường sông của chú Sáu bị bang hội Quảng Đông, Triều Châu, Phúc Kiến chèn ép đến nỗi phải phá sản là một bài học phải nhớ cho, dù chú ấy đã vào trong Huế gặp Vua Bảo Đại để xin bảo trợ, cạnh tranh với người Hoa qua danh nghĩa người Việt. Tôi đã tới Nam Vang, Chợ Lớn... những nơi nầy mình không tranh lại với họ (Người Hoa, gốc Hán), vậy nên tôi quyết định ở lại Hà Nội. Hơn nữa, tôi đã có những liên hệ với những người cầm đầu cộng sản (Hoa lẫn Việt)... Nhờ tôi giúp đỡ, bảo vệ họ mới sống sót, hoạt động được ở Mông Tự, Côn Minh từ lúc chưa có ai theo, người Nga đang phải đối phó vụ việc nơi nước họ xa phía Tây, phe ông Mao chưa có gì..."

- Nhưng đó là phần của ông ngoại, bà cả, chẳng lẽ bà bác mầy với ông chồng lai Pháp, sĩ quan nhẩy dù lại chịu ở lại với cộng sản hay sao...

- Vụ việc nầy có những lý do khác tao không được rõ lắm, nhưng quyết định cuối cùng là do bà bác tao. Bà nói: "Bố đã quyết, vậy con không thể để bố mẹ ở lại một mình. Nhà con tuy là sĩ quan nhẩy dù Pháp, nhưng anh ấy (theo cách của ông Pha, nhân sự, cơ quan mật hoạt động tình báo của nhiều phía) cũng đã có những liên hệ với người bên Việt Minh... Nhưng nếu xẩy ra khó khăn đến đâu, con cũng xoay xở được. Mẹ sinh ra con - Một mẹ. Một con - Con là con cửa đền, cửa phủ. Chỉ Thần, Thánh mới đem con về với các Ngài. Người phàm không thể nào chạm đến con." Bà bác tao là tổng hợp sự quyết liệt của bà cả, mưu thuật của ông tao, cộng thêm phần thâu nhận của những năm học ở đất Pháp... Rau tập tàng thì ngon. Bà có đến ba nguồn văn minh, văn hóa trong người hòa hợp trong Đức Tin Đạo Giáo. Nhưng sự thể dù chuẩn bị giỏi đến thế nào, tai họa vẫn xẩy đến như một điều tất nhiên.

Giọng người kể chuyện bỗng trùng xuống... Yên được hai năm, đến năm 1957, Hà Nội bày ra mặt thật của họ với trận đánh tư sản. Những kẻ quen biết với ông, bà tao trong chính quyền đồng cố ý lánh mặt khi chiến dịch truy lùng, đấu tố bắt đầu. Căn nhà ba tầng Phố Hàng Đường, một sớm mai ngủ dậy bị vây bởi một đám đông trang bị gậy gộc, la ó, chưởi bới ầm ĩ do công an khu phố hướng dẫn. Chúng đòi ông tao ra trình diện để nghe đấu tố. Ông đóng cửa phòng bảo người nhà ra nói với chúng: Muốn nói chuyện với ông, phải cỡ ông Đồng, ông Giáp... Nhưng cũng không cần, ông sẵn có cách giải quyết.

Ông thay áo quần mới, áo dài hai lớp lót gấm, cúc vàng gài bên hông phải, lấy bàn đèn, dọc tẩu mạ vàng xuống (chỉ khi nào có khách qúy mới đem dùng). Ông làm thuốc bình thản, kiểu cách phong lưu. Xong lần dưới gối lấy khẩu súng nhỏ do ông Pha tặng trước đây với lời dặn: "Đây là khẩu súng khởi nghiệp của tôi. Bao nhiêu người gây khó khăn, trở ngại cho công việc, tôi giải quyết với khẩu súng nầy... Nó đã thành tinh, đêm ngủ tôi gối lên, nghe tiếng khóc của những người chết. Tôi giao nó cho ông vì (dẫu còn sống) ông đáng mặt thủ lãnh của những hồn ma nầy. Với nó, không ai hại ông được, chỉ khi ông quyết định chính ông thôi."

Hôm nay, ông thực hiện lời ông Pha. Hút xong tám điếu thuốc, số lượng những người vợ ông yêu thương. Ông nói lớn: "Tôi đi đây mình. Tôi chết đừng chôn. Đốt thành tro ném theo sông. Nhớ, ném xuống Sông Thanh Thủy ở biên giới, chảy về Vân Nam. Chúng nó không xứng để làm nhục tôi."

Ông đặt nòng súng vào miệng xem như hút thêm một điếu. Điếu cuối cùng. Điếu số Chín, tượng trưng cho Bà Cả.

Phần bà Cả, bà đứng giữa điện thờ, trước tượng Đức Thánh Trần nến thắp sáng, tay cầm bó nhang cháy đỏ, tay cầm cái (xiên) lình... Bà xiên chiếc lình qua má. Mũi nhọn chiếc xiên đi ngọt ló ra qua gò má thứ hai. Bà hét lên lanh lảnh, như kêu gọi tất cả âm binh cùng dậy lên... Qua ánh lửa, sau màn khói, mặt bà hiện vẻ uy nghi thần bí. Bọn người dần rút lui. Sau bàn thờ, bà bác tao được dặn chuẩn bị sẵn chất đốt để nếu bọn người làm tới sẽ phóng hỏa đốt rụi căn nhà. Cả gia đình sẽ hóa thân trong lửa.

Người nghe kể rúng động...

- Hèn gì mợ mầy và mầy đều có tính "không sợ ai" qua cái trán dồ nầy (người bạn chỉ vào trán kẻ kể chuyện)... Thuở bé đến giờ tao chơi với mầy bao lâu cứ gờn gợn sợ mầy "nổi điên" - Điên mà ngậm kín miệng mới đáng ngại. Hóa ra đấy là cách của cả nhà bên ngoại mầy!

- Tao cũng không rõ điều ấy, nếu không gặp chị nhỏ Giang Thanh. Trán nó cũng thẳng đứng, dồ ra thế nầy. Người kể gõ gõ vào cái trán... Ông Nhân suốt đời lính sống, chết ở trận mạc còn ngán tao huống gì là mầy. Nhưng phía nhà ngoại tao chỉ phát về con gái, con trai tầm thường, mấy thằng em tao cũng thế... Yên, để tao kể tiếp, mà tới chỗ nào rồi...

- Chỗ bà cả lên đồng đuổi tụi định cướp nhà ông mầy.

- Lo tang ma cho ông xong, đến lượt bác tao nhập trận. Bà nói với bà cả: Bố chết, mẹ phải sống để giữ giềng mối nhà nầy, nhưng nay đến lượt con gánh vác. Con không phải chỉ lo cho mẹ, nhưng còn phần chồng, con con nữa - Gánh nặng nầy là của riêng con. Con không bỏ được. Bà thay áo nhung màu bordeau, tóc vấn cao, cổ đeo chuỗi ngọc, mang giấy tờ địa bạ sở hữu căn nhà... Bà lên xe xích lô (do người nhà đạp) đi giữa hai hàng phố người lố nhố nhìn ra. Bà đến gặp lão chủ tịch nhân dân thành phố Hà Nội nói lời thẳng thắn: Căn nhà tôi là điện thờ Đức Thánh Trần. Ngài là vị anh hùng hiển thánh của người Việt. Bác Hồ cũng đã làm thơ ca tụng Ngài. Vì chế độ mới có nhiều quy định nên chúng tôi biết mình không thể tiếp tục ở đấy. Chúng tôi muốn giao lại cho người xứng đáng, biết giá trị của căn nhà... Vậy xin ông nhận lấy, do đã bao lâu quen biết gia đình chúng tôi...

Lão chủ tịch rúng động, bỗng dưng được một tài sản quá đỗi lớn lao, vì đấy là một trong những căn nhà tư nhân lớn nhất Hà Nội (chỉ thua các biệt thự, công sở người Pháp để lại, và nhà hạng A ở Trường Thi, Phố Huế, nhưng khoảng trống chung quanh rộng hơn gấp bội). Chị quyết định như vậy hay là do "Bà Cả?". Viên chủ tịch nhấn mạnh chữ "Bà Cả" với ý tôn trọng, và tôi sẽ phải làm những gì? Ông ta băn khoăn...

- Mẹ tôi để tôi toàn quyền, nhà chúng tôi chỉ xin giữ căn điện thờ Đức Thành Trần (bà cố ý dùng đủ chữ), cũng để mẹ tôi ở lại lo hương khói. Phần gia đình chúng tôi, xin ông cho một căn hộ ở La Khê, Hà Đông và ít vàng làm vốn.

- Chị có gì bảo đảm cho vụ việc nầy. Viên chủ tịch ngại ngần trước diễn tiến quá mau chóng, dễ dàng.

- Tôi mang theo đây tất cả giấy tờ. Ông làm tờ giấy tay mua lại (mua ngày trước khi bộ đội vào Hà Nội, Tháng 10/1954) với giá tùy ông định. Nhà chúng tôi đã có nhiều, và nay mất thì cũng là chuyện tất nhiên. Ông đừng ngại, chúng tôi "quyết định ở lại với cách mạng" chứ không phải bị bắt buộc. Các chị kia bà tôi đã cho đi Nam. Gia đình chúng tôi ở lại để chuẩn bị cơ sở cho ngày thống nhất như nhà nước đã thông cáo! Bà bác biết kết hợp tất cả yếu tố (chính trị, xã hội, riêng tư...) với giọng chân thực, lịch lãm nhưng quyết liệt, chặt chẽ, hợp lý.

- Rồi sau đó thế nào? Người nghe chuyện khó khăn hình dung ra sự kiện...

- Trước khi về La Khê, bác tao nói với bà cả: "Chúng nó (kẻ

cầm quyền mới) nói cứng nhưng đứa nào cũng tham và cũng nhát bởi chúng làm điều ác độc, vô lại... Mình nhường cho chúng một phần căn nhà, mẹ ở lại giữ đền (sau nầy có dịp mình đòi lại). Con về bên La Khê để dễ qua lại thăm mẹ và theo dõi tình hình." Bà xin vào tổ hợp đan len xuất khẩu và xoay qua đường buôn chuyến lên mạn ngược, ngã Lào Cai - Vân Nam - Con đường ngày trước ông tao chuyển thuốc phiện.

- Đã buôn bán như thế thì ghi tên vào tổ hợp đan kia làm gì?

- Để có hộ khẩu theo ngành nghề, bà ấy đâu có thể ngồi yên một chỗ mà cầm que đan. Năm "sáu-mươi" Hà Nội bắt đầu đánh Miền Nam, nhỏ chị tao vừa được mấy tuổi đã thay mẹ tập đan những phần đơn giản, đến mười tuổi nó đã đan nhà nghề, biết ráp cổ, vai và đan lồng những hình hoa văn phức tạp. Năm Miền Bắc bắt đầu bị dội bom (1964), nó đã là tay đan chuyên nghiệp vượt chỉ tiêu, một tháng xong ba áo gởi sang Nga Sô...

- Thế thì đời nó đâu đã đến nỗi gì?

- Đấy là tao kể gọn cho mầy nghe qua, chứ nói đủ chi tiết thì mầy sẽ thương nó biết bao! Mười tuổi, mầy với tao ở Miền Nam chỉ biết đánh thẻ, đòi búp-bê. Nó phải đi chăn trâu cho hợp tác xã nơi sơ tán (để tránh bom Mỹ), đan áo giúp mẹ. Nhưng nó khôn ngoan, biết lợi dụng nhân dáng đẹp đẽ của mình để dụ bọn con nít nhà quê... Tao hát cho chúng mầy nghe, chúng mầy cắt cỏ cho trâu tao... Nó đứng giữa bãi ruộng, mặt sáng đẹp, tóc bay dài theo gió, dẫu áo quần lam lũ, chân đất, Giang Thanh hiện thân toàn hảo nét đẹp thuần nhã của văn minh, văn hóa đất Bắc. Nó diễn cảnh Thị Mầu lên chùa phải lòng Thị Kính; nó hát Lý Tình Tang, Lý Thiên Thai... của hoạt cảnh "Liền Anh, Liền Chị" trong hát Quan Họ...

- Làm sao nó bé tí như thế mà biết những điệu hát ấy?

- Bà cả tao họ Đặng, Bắc Ninh, tức vùng Kinh Bắc dọc

Sông Đuống; đời Vua Lê, Chúa Trịnh sinh ra bà Chúa Chè Đặng Thị Huệ. Bà cả bày cho mẹ nó, mẹ nó hát ru cho nó nghe từ còn nằm nôi... Mầy nghe nó hát mới biết Quan Họ phong nhã, trữ tình như thế nào... Chưa kể hoạt cảnh cảm động khi "Liền Anh, Liền Chị" gặp nhau mỗi năm sau Tết Âm lịch vào ngày Hội Lim sau một năm xa cách...

- Đời sống như thế thì kể ra đâu khắc nghiệt, khó khăn lắm, nó còn hát được kia mà...

Người kể cười cay đắng...

- Hát để tồn tại, để có cơm ăn. Không chỉ riêng cho mình nó, nhưng để nuôi bố, mấy đứa em, kể cả bà tao. Năm 1968, Mỹ tăng cường dội bom Miền Bắc để ép Hà Nội ngồi vào bàn hội nghị, bộ đội dồn đưa vào Nam, vùng biên giới Hoa-Việt giao cho lính Trung Cộng trông giữ, bọn phỉ người Tàu nhân cơ hội lén qua Việt Nam kiếm ăn. Bác tao trong một chuyến buôn hàng bị bọn cướp chận lại khoảng rừng Phố Lu, Lào Cai. Bà không chịu mất của cho chúng, dùng chiếc quanh gánh (với những thế võ bí truyền của người Hoa, võ Việt cổ do ông, bà tao dạy) đánh lại bọn cướp không nao núng. Cuối cùng chúng giãn ra, một tên dùng súng AK47 chĩa vào ngực bà đòi vàng và tiền mà chúng biết bà quấn quanh người. Bà quắc mắt nhìn thằng cầm súng khinh miệt: "Muốn bắn mầy nhìn thẳng mắt tao, còn nếu sợ hãy cút đi..." Bà nói bằng tiếng Hoa. Thằng phỉ nhắm mắt, bóp cò, đạn phá toang lồng ngực. Bà chết ngồi dựa sườn đồi, hai tay bám vào lườn đất không chịu ngã xuống, giương mắt đứng tròng, khối tóc dài xanh đen bung xõa... Đứa bắn súng tiến tới, bỗng chắp tay, sụp lạy... Xin nương nương tha tội, quả tình tôi không có ý định! Khi nó nhận ra chiếc trâm gia truyền của dòng họ Uông trên đầu tóc bà. Bác tao ứa ra dòng máu uất hận. Bà chết bất đắc oan nghiệt nên rất linh, dân chúng vùng biên giới lập miếu thờ.

- Sao chuyện gì mầy cũng biết rõ thế? Người bạn hỏi nhỏ

tỏ ý thắc mắc,

- Tao không đủ sức bịa ra chuyện nầy, ông Nhân năm "bẩy-sáu" bị đưa đi tù ngoài Bắc, tới vùng Phố Lu nầy, vô tình nghe ra chuyện "Con Bà Đồng Uông" đánh cướp... Bà thường hiện ra che chở người hoạn nạn. Miếu ấy hiện nay vẫn còn, cũng phù hợp với sự việc bố con Thanh kể lại cho mợ tao nghe sau nầy. Không ai dám bày chuyện nếu thật sự không có. Thế là, nhỏ chị mười-bốn tuổi phải thay mẹ gánh hết khối nặng của gia đình gồm bà ngoại, cha già, và hai đứa em. Khi nghe tin con bị nạn, bà tao chỉ thét lên tiếng oán hờn... Súng! Bắn... bắn súng! Bà vẫn tiếp tục sống nhưng như gốc cây khô, suốt ngày không nói, đêm đứng sững trước điện thờ, mất trí nhớ hoàn toàn. Bà không hề khóc.

Hai người đàn bà cùng lần im lặng như thể gánh nặng đau thương của Giang Thanh đè lên họ...

- Kinh quá! Kinh quá! Người nghe chuyện lẩm bẩm tiếng nhỏ... Rồi nó xoay sở làm sao?

- Làm sao sống được! Câu hỏi vô ích, thừa thãi. Người kể tiếp tục với cách găng gượng:

- Bị dồn vào cảnh khổ, nó trở nên khôn ngoan, đáo để. Từ Hà Đông, nó về căn nhà ở Hàng Đường lấy cớ thăm bà. Đến khuya, nó vào phòng viên chủ tịch thành phố, nói với cách đòi nợ. Ông cho cháu số vàng mà ông đã thiếu của mẹ cháu? Viên chủ tịch không phải là người dễ bị dọa. Vàng gì, tao đã giả cho mẹ mầy đủ, giấy tờ tao còn giữ đây. Tao chỉ có con buổi cho mầy! Ông nhìn nó với cặp mắt diễu cợt dâm đãng... (Cũng bởi hỗn hợp ba dòng máu, nó cao hơn đứa mười-bốn tuổi bình thường, ngực nẩy nở vun phồng khêu gợi)

- Cháu biết cái giấy ấy, nhưng mấy lạng vàng kia không xứng với giá của nhà nầy... Ông hẳn biết! Cháu không đòi quá, chỉ xin ông trả thêm cho đủ...

- Tao không có! Mầy làm gì nào? Ranh con đừng giở trò

khốn nạn... Mầy tự động vác xác vào đây, ông hiếp có chửa bây giờ!

- Ông không hiếp cháu được đâu, thằng bạn cháu đứng dưới kia chỉ đợi cháu la lên là nó chạy tới báo trụ sở công an khu phố!

Ông chủ tịch đến cửa sổ, mở hé những lá sách nhìn xuống đường...

- Trời đất! Bây giờ mầy muốn gì?

- Cháu chỉ xin ông số vàng còn thiếu...

- Gì nữa? Ông chủ tịch mệt nhọc, buông xuôi.

- Ông viết cho cháu cái giấy gởi nơi tổ hợp đan len giúp cháu tiếp tục việc của mẹ cháu.

- Mầy xin gì hãy nói cho xong một lần...

- Ông bảo hộ cho cháu vào Trường Sân Khấu bởi lý lịch bố cháu không tốt!

Ông chủ tịch nói như than:

- Mầy bao nhiêu tuổi mà đã gớm ghê đến thế! Lớn lên chút nữa mầy còn ra sao hở?!

Khi vén vạt áo, buộc những khoen vàng vào thắt lưng quần, Giang Thanh nhìn gã đàn ông "thông cảm" đồng lõa...

- Cháu sẽ không nói việc nầy với ai. Bà nhà không phải đi Hà Nam đâu... mà qua bên La Khê gặp bố cháu chiều mai mới về... Cháu khai trong đơn xin vào học trường ca múa là ông có họ với bà cháu. Ông thuộc nhà Đặng Xuân của ông Trường Chinh phải không ạ...

Khi ngồi với đứa bạn trong vòng rào sân vận động Hàng Đẫy, Giang Thanh khóc như chưa bao giờ được khóc... Mẹ ơi! Ông ơi! Nhỏ gào như kẻ điên. Gã bạn cuống quýt ôm lưng tỏ vẻ an ủi... Nó ngưng khóc, tát thằng bé một tát cực mạnh, đạp gã bạn ngã ra đất.

- Tại sao nó muốn vào học trường sân khấu kia?

- Bởi đấy là một trong những cơ quan cho học viên nhiều đặc quyền, đặc lợi của Miền Bắc, tất cả tập trung ở khu Mai Dịch, nơi có những cơ sở chính trị đầu não, đoàn văn công trung ương... Vào đoàn đó, nó được tiêu chuẩn đường, sữa, thịt để có sức khỏe tốt, ngoại hình đẹp. Lớp của nó chỉ nhận hơn ba mươi học viên của cả ngàn người dự tranh, đấy là chưa kể phải thành phần lý lịch tốt. Nó lại là con của sĩ quan nhảy dù Pháp, không có cái chước với lão chủ tịch kia thì làm sao mà vào được. Nhưng nó cố ý là nhắm vào món bồi dưỡng đường, sữa, thịt hằng tháng cùng với tiêu chuẩn mười-sáu ký gạo cho mỗi học viên - Tiêu chuẩn cao nhất của Miền Bắc. Sau nầy, ông Nhân nhà tao đi tù ngoài ấy chỉ có chín ký gồm ngô, khoai sắn *"quy ra thóc"*!

- *"Quy ra thóc"* là cái quái quỷ gì...?

- Tức là số lượng chín ký ấy tính bằng ngô, khoai, sắn thay thế cho chín ký thóc - Thóc tức là gạo chưa xay! Ăn như thế thì làm sao mà sống nổi? Thì từ đó mới biết hạt gạo qúy, hiếm đến thế nào đối với người Miền Bắc. Ông thi sĩ Phùng Cung phải kêu lên: "Tôi cúi đầu... Bạc tóc, dập đầu... Lạy hạt gạo rơi..." Với tiêu chuẩn gạo đó, nhỏ chị nuôi được cả nhà bốn người...

- Mầy nói gì tao không hiểu?

- Thì nhỏ Giang Thanh ấy dùng một nửa tiêu chuẩn (gạo) để nuôi bà, bố và hai em. Trong suốt bảy năm liền từ 1968 đến 1974, nó chỉ ăn một ngày một lần vào buổi trưa, để dành tám ký gạo (nửa tiêu chuẩn) đem về nuôi gia đình. Suốt một thời con gái lớn lên, nó không có một chút đường, chút sữa nào hết!

- Cha mẹ ơi, tao với mầy trong thuở ấy chỉ lo việc đi Lê Lợi, Tự Do để lựa hàng mới nhập về, ăn kem Givral, Pole Nord chứ kem quán Hải Phòng, đường Trần Hưng Đạo thì chê. Cùng tuổi trẻ mà sao người ngoài kia khổ thế hở trời?!

Người kể trầm giọng thống thiết:

- Không phải chỉ tuổi trẻ mà cả miền Bắc, vậy mà mấy ai trong Nam biết đến, phải sau 1975, khi chịu chung đòn cộng sản mới vỡ lẽ ra. Đồng bào ngoài ấy khốn khổ từ bao nhiêu năm nay. Mà cũng không chỉ về chuyện gạo cơm, trong suốt thời gian bảy năm ấy, một ngày nó chỉ ngủ sau 12 giờ và dậy từ 5 giờ sáng...

- Sao nó phải thức khuya, dậy sớm như thế?

- Thì phải thức khuya đan áo, và ngủ dậy sớm để dành nhà vệ sinh tập thể, và tắm buổi sáng. Cái nết sạch của nó sau nầy cứ như bị bịnh, đi qua Mỹ năm kia mà chỉ mang theo đồ tắm, đồ lót, và vệ sinh cá nhân, kể cả cái bàn chải chà chân. Khi vào nhà tao thấy toa-lét sạch boong nó xúyt xoa... Em thích nhất cái phòng tắm nhà chị. Nó khen nức nở nước Mỹ sạch ra gì!

- Như vậy đời nó cũng phải được lúc dễ chịu chứ, từ bé đến lớn cứ khổ như vậy chịu sao nổi! Người bạn ngao ngán, cố ý chờ nghe một điều vui.

- Những điều tao vừa kể vắn tắt cho mầy nghe ra chưa diễn tả đủ cảnh đời và cách sống của nó... Cơ cực như thế, nhưng vào dịp Tết Trung Thu, nó vẫn cố dành dụm để nấu được một nồi cháo ám cho cả nhà...

- Tại sao phải có nồi cháo ấy?

- Thì thuở trước khi bà bác còn sống, lúc bà tao còn trẻ, dịp lễ, Tết là để cho cả nhà trổ tài nấu nướng, dọn cỗ. Ví như nồi cháo ám ấy là phải nấu với một con cá quả, thịt ba chỉ, hành phải búi lại từng củ, đủ rau thìa là, cần tây... Trước ngày Tết âm lịch, mọi người phải tắm bằng nước rau ngò phơi khô, mặc áo quần mới để chúc Tết nhau trong ngày Mồng Một. Bà tao mất trí, bác tao chết, bố nó bị khủng khoảng, hai em gái còn nhỏ trong một xã hội thiếu thốn, hạn chế của miền Bắc, nó phải một mình đóng vai chủ gia đình, người cha lẫn người mẹ từ năm chưa đến tuổi thành niên... Đời em nó khốn nạn lắm chị ạ! Nó than thở với tao khi chị em gặp nhau năm 2005 vừa rồi. Năm nó năm mươi tuổi.

- Năm mươi tuổi hẳn nó phải già lắm nếu gặp phải cảnh đời như mầy vừa kể ra. Mà sao gọi là em, nhỏ ấy là vai chị mầy cơ mà...

- Nó giữ lễ trăm phần trăm của người Bắc chứ không "xà bần" như mầy và tao (những người đã được "Nam Hóa" coi như toàn phần). Ngay mợ tao, không phải là người dễ tính, nhưng buổi đầu gặp nó là chịu ngay. Nó gọi bà bằng "mẹ" chân thành, thắm thiết. Bao nhiêu việc nhà tao ở Sàigòn nay đều hỏi ý kiến nhỏ chị ấy. Nó khôn ngoan thiên bẩm thêm cảnh khó làm nên sắc sảo hơn. Nhưng cũng không hẳn là vậy, những tình thế tao vừa kể thật ra cũng không mấy khó khăn đối với nó, vì đấy là hoàn cảnh chung của cả miền Bắc trước 1975. Dẫu rằng suốt bảy năm từ 1968, coi như hằng ngày nó phải chạy trên trục tam giác: Khu Mai Dịch - Phố Hàng Đường - La Khê (Hà Đông) để trông bà, cha và hai em, cùng về trường học nếu không có những tai nạn nói ra đến nặng lòng, tội nghiệp!

- Sống như thế đã quá khổ, còn tai nạn nào thêm nữa đây? Người bạn nghe chuyện nói như than.

- Thì ví như lần mất chiếc xe đạp, dù chỉ có cái sườn và hai bánh xe. Bọn cướp rình sẵn trước cổng nhà bà nó, như con hổ cái, một mình đánh hai thằng kẻ cắp, thằng thứ ba giật xe chạy mất, nó chạy theo thì bị một gậy đập ngang mặt, phải dùng hai ống tay để chận... Hai tay giờ nầy còn sẹo và thương tật do trận đòn nầy, cũng may giữ được cái mặt đẹp, vũ công ba-lê mà mặt bị sẹo thì còn gì để múa với may. Mất xe đạp nên khi đi từ Mai Dịch về Hà Đông, nó phải nhảy tàu điện nhiều lần, tránh người soát vé để tiết kiệm vài hào bạc, chỉ khoảng một, hai xu Mỹ. Nhưng tất cả tình thế thiếu thốn vật chất ấy hình như nó coi nhẹ vì xem là điều tất nhiên, nếu không vướng phải tai nạn tình ái, hệ lụy thương yêu!

- Đã qua cảnh khổ như thế thì chuyện yêu đương trai gái có nghĩa là gì! Người nghe chuyện lên tiếng phê bình, cũng thật sự thắc mắc về tình cảnh tâm lý của một con người đã kinh qua khốc liệt cùng cực, nhưng sao chưa đủ độ cứng cỏi, trưởng thành?

- Mầy chỉ nói thánh, nói tướng ra điều bản lãnh. Ông Việt chồng mầy đi dạy về muộn là mầy đã nháo nhào xuống La Pagode tìm lấy được. (Quán cà-phê đường Tự Do, Sài Gòn (1954-1975), nơi gặp mặt quen thuộc của văn giới, báo chí, sinh hoạt văn nghệ, văn học, thanh niên, sinh viên Miền Nam). Và cho rằng mầy đã hỏi với lòng thành thực, như thế thật ra mầy cũng chưa hiểu gì về nó - Đấy chỉ là một đứa nhỏ phải chịu cảnh đời khắc nghiệt của những người lớn (mà nó phải buộc phải thay thế).

Thế nên, khi nghe anh chàng cùng lớp (Thằng bạn thân năm trước theo nó đi đòi nợ lão chủ tịch thành phố - Nó vốn trung hậu, thẳng thắn, chơi với ai hết lòng với người ấy. Thằng nầy lại là con ông giám đốc trường sân khấu) ngỏ lời yêu thương (cũng có thể chúng yêu thương thực tình qua điều kiện thực tế của hai đứa; cả hai đều có ngoại hình thanh tú, mức độ tài năng nghệ thuật tương xứng...) và nhất là quà cưới sẽ là chiếc xe đạp Phượng Hoàng do Trung Quốc sản xuất mà hiện nó đang mượn sử dụng.

Thế là nó tin thật, chấp nhận ngay lời cầu hôn. Nó cũng nghĩ rằng: Với sắc vóc đẹp đẽ, tính tình chân thật, ắt sẽ được mọi người coi trọng thương yêu. Nó đối xử với gia đình thằng kia theo cung cách của một cô con dâu chính thức - Tức là chìu đãi cả gia đình ấy cũng như gia đình nó, cũng một phần do được bồi dưỡng và nhận công tác phí mỗi khi đi trình diễn vào những năm cuối cùng ở trường ca múa.

Một hôm, bất ngờ mang quà sáng đến cho thằng kia (xôi nấu từ sáng tinh mơ để chứng tỏ lòng thương yêu chăm sóc). Tay ủ dĩa xôi, tay giữ ghi-đông xe, đạp chập choạng giữa trời đông đất Bắc... Đi vào, bắt gặp thằng ấy đang ngủ với một đứa bạn gái cùng lớp! Nó ngất xỉu ngay trên ngưỡng cửa, lên cơn động kinh, nằm lăn ra đất, răng cắn chặt, thân thể cứng đơ như khối gỗ! Thằng kia (hoảng sợ nếu nó chết sẽ chịu phần trách nhiệm) vạch quần đái lên mặt nó, cũng do người chung quanh thúc giục, chỉ bảo... Tỉnh dậy, nó đi thẳng một mạch. Mặt tỉnh lạnh, mắt ráo hoảnh. Bịnh sạch sẽ và ghê tởm liên hệ trai gái có triệu chứng từ đó, càng ngày càng rõ rệt - Nó thấy ra bộ phận sinh dục của thằng kia trước mặt trong cơn kích ngất!

Tóm lại, nó vẫn chỉ là một đứa bé gái với tâm chất trong sáng, cả tin trong một thân thể thiếu nữ đương độ phát triển, cũng vô cùng quyến rũ.

Hai.

Sau tai nạn tình ái, Giang Thanh trở nên lầm lì ít nói, nhưng khi cần phát biểu thì cứng cỏi giữ chắc ý kiến qua cách lớn tiếng không kìm giữ, phản ứng quyết liệt, mạnh mẽ. Cuối năm, tháng 12, 1974 tốt nghiệp ưu hạng trường sân khấu, cũng đúng mười-chín tuổi, Giang Thanh tình nguyện đi B (Chiến trường Miền Nam) với mục đích: Để gia đình "xóa thành phần" do có con là chiến sĩ văn công đi Nam. Người cha được phục hồi "Quyền Công Dân" thay mặt bà ngoại coi ngôi đền nay được xếp hạng là tụ điểm sinh hoạt văn hóa nhân dân. Nhưng lý do chính là để cô em kế, Hương Thơ (sinh 1957) được ghi danh vào đại học tổng hợp và kết nạp đoàn (Đoàn Thanh Niên Cộng Sản Hồ Chí Minh), sau đó chắc chắn sẽ trở nên thành "đối tượng đảng".

Đoàn văn công được điều động đi B đầu năm 1975 sau chiến dịch đánh chiếm Phước Long hoàn tất (12/1974). Tuyến giao thông gọi là *"Đường mòn Hồ Chí Minh"* nay đã là một xa lộ hai chiều chạy dọc theo sườn Đông Trường Sơn sâu nội địa Miền Nam, chứ không là *"Đường giây xã hội chủ nghĩa"* nằm phía Tây trong lãnh thổ Lào, Campuchia của thập niên 60-70.

Giang Thanh bừng bừng cảm xúc của người được tham dự vào giai đoạn quyết định lịch sử dân tộc. Thêm mối hân hoan cụ thể là hoàn cảnh gia đình được ổn định do nỗ lực của gần mười năm quên mình lo cho bà, cha và hai em. Cô để lại sổ lương, tem, phiếu gạo, thực phẩm cho cha với lời dặn: "Con đi B chuyến nầy bình an thôi, chỉ chờ ngày giải phóng Miền Nam, con sẽ về thăm bố và hai em. Hy vọng bà còn sống, và khỏe mạnh cho đến ngày ấy. Khi nào lãnh lương con, bố đừng tiêu hết, nhớ để lại một tháng vài đồng để sau nầy nhà có cái vốn nhỏ cho hai em..."

Cô không nghĩ rằng mình vừa mới hai-mươi, và đời sống trước mặt có nhiều điều không thể lường trước, nghĩ ra, dự phòng tới. Buổi ra đi, người cha hiện nguyên đủ hình dạng một con người bị thời thế khuất phục, đánh vỡ mà nay dẫu cố gắng hồi phục nhưng bất lực. Ông nhìn con trong bộ quần áo vải kaki màu ô-liu, mũ tai bèo, cổ quấn khăn rằn với đôi mắt không phản ứng.

Ông nhớ ngày rất xa xưa trước kia, cũng đã có lần mặc quân phục - Quân phục của một quân đội khác - Đội ngũ đã một thời hùng mạnh vang danh thế giới, nhưng cuối cùng đã thất trận từ nơi đất nước nầy và mất hết khả năng lập lại lần vinh quang. Ông lạ với con. Ông lạ với đời sống mà ông đã sống cùng, chịu đựng, chia sẻ hằng mấy mươi năm qua. Ông hôn lên má con... Động tác thắm thiết từ lâu không thực hiện, cũng không thấy ai lập lại, bày tỏ. Giang Thanh nhận ra (và cảm thấy rất hiện thực) phần u uẩn trong mắt người cha về một điều mơ hồ (cũng rất cụ thể) của lần đi B không hẳn là buổi vui mừng như mọi người chung quanh đang rộn rã hân hoan ca ngợi.

Đoàn xe Zil chở toán văn công qua sông Bến Hải vào địa phận tỉnh Quảng Trị, Xã Gio Linh, vùng đất đã dựng nên bài hát bi tráng của một nghệ sĩ trước 1954 là thần tượng của những người yêu tiếng nhạc ái quốc và hào hùng chiến đấu của hai miền Bắc-Nam - Cuộc chiến đấu giữ nước khởi đầu từ đêm 19 Tháng 12, 1946 tại Hà Nội, Hải Phòng với những Tự Vệ Thành tóc xanh, áo trắng, có người mặc áo veste, đội mũ phớt khi tác chiến. Những thanh niên, sinh viên, học sinh, kể cả "dân càng" giang hồ dùng thân thể chắn ổ súng đại liên của Binh Đoàn Viễn Chinh Pháp. Trận chiến mà những người viết văn, làm thơ diễn tả lại với mỗi chữ nóng sôi lửa đỏ... "Nổ súng rồi! Nổ súng rồi! Hải Phòng ộc máu phun ra bể" (Thơ Trần Huyền Trân) Hoặc: "Nhớ đêm ra đi trời bốc lửa. Cả kinh thành ngụt cháy sau lưng" (Thơ Chính Hữu) Cùng lần với những lời thơ hùng vĩ nầy, bài hát vẽ nên một cảnh huống khốc liệt, bi thương... "Mẹ già đi lấy đầu con... Xa xa tiếng chuông chùa reo". (Nhạc Phạm Duy, Bà Mẹ Gio Linh).

Đêm liên hoan cuối năm, dịp Tết Âm Lịch 1974 qua 1975, Giang Thanh cùng những bạn trong tốp ca múa diễn tả, thúc giục, ngợi ca cuộc kháng chiến thứ hai hiện đang đi vào giai đoạn kết thúc với thắng lợi vẻ vang qua những bài hát: Bác Cùng Chúng Cháu Hành Quân; Trường Sơn Đông/Trường Sơn Tây... Nhưng khác với sự chờ đợi của đoàn ca múa, trên bãi cát Thôn Diêm Hà Nam, quận Triệu Phong bên bờ biển âm âm tiếng sóng, toán bộ đội giữ vị trí pháo và đám dân chúng tham dự buổi liên hoan không có vẻ hào hứng nôn nao của một đêm vui được tổ chức, động viên, chuẩn bị từ ngày đoàn bước chân lên đất Miền Nam.

Sáng hôm sau, Giang Thanh ngỏ lời thắc mắc với viên chính ủy đơn vị bộ đội; "Sao em thấy các đồng chí bộ đội có vẻ không hồ hởi khi nghe chúng em hát... Và quần chúng hình như cũng thế?"

- Hồ hởi sao được cô ơi, cả một Sư 308 chỉ còn chừng ấy mống! Năm 1972 mà cô vào đây thì chỉ có là tan xương sau dăm phút đứng trên mặt đất. Không chỉ bên ta mà cả lính ngụy cũng chịu chung số phận... Nhân dân nào tránh được, cũng hứng bom, chia lửa của cả hai bên. Đạn, bom dập xuống không phân biệt bên nào, dưới đất chốt cách nhau vài ba thước, trận chiến Tháng Chín năm 1972 ấy, hai bên như trộn trấu vào nhau. Làm sao phân biệt đạn nào của địch, pháo nào của ta... Cô thấy đằng xa kia không?

Giang Thanh nhìn ra xa, phía tây, sau những cồn cát, lũy tre loang lổ. Cô thấy những ụ đất và những kiến trúc xiêu ngã ngổn ngang. Viên chính viên rít giọng: "Thành Phố Quảng Trị đấy, mấy ụ đất kia là cổ thành bằng gạch xây cả hai trăm năm như cửa ô Hà Nội. Nay chỉ còn có thế!"

Giang Thanh xuôi về Nam với tâm cảnh nặng lòng. Điều mơ hồ cảm nhận từ lúc ra đi nay càng cụ thể với những xóm làng cô đi qua. Hơn thế nữa, cô còn linh cảm, xao xuyến về một điều gì bất hạnh của riêng mình - Một tai họa nào đang phục sẵn.

Rời Quảng Trị, đoàn theo đường dây giao liên được bảo vệ, hộ tống bởi một đại đội trinh sát qua những căn cứ quân sự, những địa phương đã được quân giải phóng chiếm đóng, lấn chiếm từ những năm Tổng Công Kích 1972, hoặc sau Hiệp Định Ba lê 1973, trong năm 1974. Những địa phương (với cư dân dị biệt âm, chữ nói) có những tên gọi lạ lùng như Ba Lòng, Cùa, Tý, Xé, Đắc-tô... khác hẳn những làng quê miền Bắc thông thường đặt theo tên chữ Hán-Việt, và lũy tre xanh bao bọc. Nhưng tất cả những nơi nầy cùng chung một cảnh sắc:

Đấy là những thị trấn, làng xã heo hút giữa vùng núi mù mờ trùng điệp, hoặc đồi cỏ khô cằn. Tuy nhiên, đến đâu cũng nghe những lời vui mừng phấn khởi: Bây giờ là "hòa bình" rồi, chứ như mấy năm trước "còn Mỹ" thì đâu có ngủ được trên mặt đất vì bị "giải phóng pháo kích!" "Hòa bình rồi..."

"Không còn Mỹ", nhưng sao vẫn không thấy những thị xã, thành phố? Và "chiến tranh giải phóng" nầy tại sao vẫn tiếp tục? Và đâu là "nhân dân Miền Nam bị kìm kẹp dưới ách Mỹ-Ngụy" đang trông chờ lần giải phóng từ Miền Bắc!? Những câu hỏi âm thầm xuất hiện trong đầu Giang Thanh, đồng thời nỗi nhớ quê nhà, nơi các em, với ánh mắt u uẩn của người cha.

Mãi cho đến giữa tháng Ba, đoàn được thông báo tin vui: Quân Đoàn Tây Nguyên đã giải phóng Thị Xã Buôn Ma Thuột, nhưng vì tình hình ở đấy còn đang phức tạp nên toán văn công chưa được phép vào trình diễn, mặc dù bộ đội và nhân dân đang hồ hởi, phấn khởi chào đón (?!).

Hiện thực cho nguồn vui nầy, đoàn được phát những thức ăn tươi, đồ hộp cao cấp mang nhãn hiệu "Quân Tiếp Vụ QLVNCH" với hình người lính cầm súng (Mỹ) và lá Cờ Vàng Ba Sọc Đỏ. Đoàn lên những xe quân sự to, chắc hơn xe Zil (của Trung Quốc), tiếp tục xuôi Nam với tốc độ khẩn cấp để đến cuối Tháng Ba đi vào một thành phố đẹp như phong cảnh, tranh ảnh Tây Phương: Đà Lạt. Và Giang Thanh cùng với tất cả thành viên trong đoàn đều không nén được tiếng kêu kinh ngạc thán phục trước chiếc cổng lớn của một khu doanh trại uy nghi trải rộng hết vùng đồi trùng điệp hùng vĩ: Trường Võ Bị Quốc Gia Việt Nam.

Toán ca múa được xếp chỗ ngủ vào những phòng riêng biệt, mỗi phòng gồm hai giường sắt, nệm, khăn trải giường trắng tinh xếp thẳng góc...

- Phòng ngủ nầy là của tụi học viên sĩ quan Ngụy đấy. Chúng được đào tạo như thế nầy để đàn áp, giết hại nhân dân!

Viên chính ủy đoàn (cố gắng) tìm lời giải thích (cho phù hợp) về cảnh trí tiện nghi, xếp đặt ngăn nắp, sạch sẽ của tòa doanh trại mà dù những chủ nhân căn phòng hẳn đã phải ra đi trong khẩn cấp, nhưng nền nhà còn nguyên độ bóng sạch, khiến người bước lên có cảm giác e ngại gây dơ bẩn.

Nhưng lời giải thích (dẫu cố tình ép buộc mà người nói cũng không tin vào nội dung do chính mình nói ra) không còn độ tác dụng khi toán văn công được lệnh thu dọn chiến lợi phẩm nơi thư viện. Những khối sách bề thế bọc gáy da, chữ vàng xếp chật trong tòa đại sảnh im lặng một cách uy nghiêm - Nội lực trí tuệ thể hiện qua chữ của người xây dựng nên văn minh, văn hóa nhân loại - Những người học, đọc những sách nầy chắc chắn không là kẻ chuyên nghiệp sát nhân, ăn gan, uống máu người, ném trẻ con hài nhi vào lửa (?!) Giang Thanh có ý niệm rất cụ thể. Và cô thực sự chìm xuống cảm giác phạm tội - Tội hủy diệt, với máu, thịt con người do chính tay cô tàn phá, nhúng đẫm - khi cô và các bạn trong toán văn công được lệnh "thiêu đốt" khối sách của thư viện.

Lửa bùng lên... Các bạn cô đùa cợt, bừng bừng hân hoan ném sách vào lửa... Sách nầy! Sách nầy... Sách mã mẹ chúng mầy... Đọc cho cố... học cho lắm để tàn sát nhân dân! Giang Thanh nghe đau trên thịt da mình. Cô như đang cùng sách chịu lần thiêu sống. Cô cố gắng cất giấu những cuốn sách lớn, dày, đẹp nhất, bìa in theo kiểu chữ Romain cổ điển, nét khắc vàng tươi. Cô có cảm giác an ủi như cứu được những con người - Những người lương thiện, tốt lành, cao thượng.

Đêm liên hoan Giang Thanh uống tất cả những gì các bạn mang lại. Rượu Số 7 nồng cay; rượu nhãn Người Đi Bộ thơm mùi lúa mạch; rượu sâm-banh mở ra cùng tiếng nổ và bọt trào vàng óng... Rượu đỏ như màu máu... Rượu vang... Rượu vang... Ông ngoại, bà ngoại, ông người Pháp tên Pha (nghe qua câu chuyện nhà thường kể lại), và người cha với chiếc áo trận nhiều túi, vải rằn ri thô cứng (chỉ mặc trong nhà khi mùa rét)... Rượu vang tất cả là đây! Giang Thanh uống vào người như nhận lãnh một thứ nước quen thuộc, máu của mẹ, của cha, của quá khứ, ngày xưa khi bà còn uy nghiêm, xuân sắc, đài các. Khi mẹ còn sống.

Cô uống xuống như nuốt hết cùng lần tuổi thơ khốn cùng, nguy biến, sáng dậy tinh mơ và đêm giá rét thức giấc một mình... Một mình từ mười-bốn tuổi vượt đói khổ nuôi cha, nuôi em. Giang Thanh uống rượu chiến thắng hòa nước mắt của mình. Cô cười giòn giã, líu lưỡi nói với Sơn: "...Mầy là thằng khốn nạn... Tao yêu mầy nhất mà tao cũng khinh ghét mầy nhất... Tiên sư bố mầy... Mầy ngủ với con Diễm như thế có được gì mà mầy mất tao trọn. Tao chẳng đau khổ mẹ gì cả, chỉ tiếc là tao đã có lần yêu mầy... Muốn trả thù mầy thì tao giết mầy ngay nhưng tao... đéo cần... Mẹ tao bị chúng giết nên tao sợ chuyện giết người chứ không phải tao sợ gì mầy... Tao thách mầy đánh tao như năm kia, khi vì còn yêu mầy nên tao nhịn mầy!"

Cô nhổ nước bọt và rượu vào mặt Sơn, gã trai đã cùng cô sống suốt thời gian bảy năm nơi trường sân khấu với "Tình Bạn" thắm thiết - Cũng là người giúp cô nhận hiểu về sự phản bội của "Tình Ái" tầm thường. Giang Thanh không biết mình đã trở về chỗ ngủ như thế nào, với ai. Nửa đêm, cô tỉnh giấc với cảm giác ê nhức nơi bộ phận sinh dục. Cô đưa tay xuống sờ đũng quần... Ấm ướt dính máu, và chất nhầy nhầy đóng khô trên những sợi lông nõn.

Giang Thanh phải ra trước phiên họp của bí thư đoàn để trả lời về tội hủ hóa, nay đã nên bằng chứng cụ thể với bầu thai càng ngày càng dễ nhận. Nhưng cô không phải tay vừa. Mặt đanh lại, tiếng nói như ngọc vỡ, cô trả lời với ban bí thư:

- Tôi không phải là loại người khốn nạn, suy đồi hủ hóa, mê giai. Tôi là chiến sĩ cách mạng. Là diễn viên ưu tú của đoàn kịch nói, ca múa, đi Nam để cổ vũ động viên cho cuộc giải phóng Miền Nam. Đêm ấy, đêm uống rượu liên hoan, tất cả mọi người đều say, không riêng một mình tôi. Có chăng tôi là người say nặng nhất. Ngày hôm sau tôi xin đi khám phụ khoa thì bác sĩ chứng nhận tôi bị cưỡng dâm, y chứng còn đây, và tôi đã báo sự vụ đến ban bí thư.

Nếu ăn vụng thì tôi đi báo làm gì? Chẳng đứa nào ngu đến độ đi tố cáo chuyện lén lút của mình! Và tôi cũng đã xin đi khám phụ khoa hai lần sau đó để xin bác sĩ tống cái thai ấy ra... Hôm nay, tôi vẫn giữ nguyên ý định ấy. Nếu phá thai phải nhiễm trùng hay băng huyết mà chết tôi cũng không từ. Tôi viết giấy ngay bây giờ chấp nhận quyết định nầy. Đáng nhẽ, ban bí thư phải tìm ra kẻ khốn nạn ấy, bắt nó phải chịu kỷ luật, hạ tầng công tác, khai trừ nó ra khỏi hàng ngũ đảng viên. Đảng viên cộng sản là thế sao? Đạo đức cách mạng Bác Hồ dạy chúng mầy (cô cố ý dùng chữ "chúng mầy") để đâu? Đảng viên gì, nhân lúc đồng chí mình say cởi quần đè ra hiếp?!

Mắt cô giương lên sòng sọc, giọng thét lớn, bao nhiêu giận hờn uất ức (suốt từ năm tháng qua, do nhiều nguyên nhân...) cùng lần nổ tung không che dấu.

Ban bí thư cuối cùng đưa đến biện pháp: Tất cả những đoàn viên phái nam đồng phải làm tự kiểm, để tìm ra kẻ thủ phạm. Cuộc kiểm thảo đưa đến kết quả dễ dàng với số lượng có đến ba kẻ thú nhận, bao gồm viên phó bí thư và gã tên Sơn... Tất cả "ba thủ phạm" đồng lòng nhận lỗi, và xin được chuộc lỗi bằng đám cưới chính thức với Giang Thanh, do ban bí thư làm chủ hôn. Nhưng tất cả đều không lường được! Giang Thanh cười khinh miệt, chỉ mặt ba kẻ "thủ phạm" với lời như dao chém đá:

- Các anh nhìn lại mặt mình đi... Tôi như thế nầy mà phải gọi các anh làm chồng ư? Cái thai trong bụng tôi đã là một sự đốn nhục. Lấy các anh tôi phải chịu sự nhục nhã kia đến trọn đời.

Cô đổi giọng:

- Tao không cần thằng nào phải gánh chịu phần khốn nạn, do một trong ba đứa chúng bây đã gây nên. Nhưng tao cũng đã biết rõ đứa nào. Cô nhìn vào mặt gã tên Sơn: Mầy đã hai lần gây nhục cho tao. Nay mầy lại ngỡ qua "nhận lỗi" nầy, mầy sẽ cột được với tao. Đừng có hòng! Tao sẽ phá cái thai nầy, hoặc nếu để, thì tao cũng sẽ không bao giờ cho mầy được nhận đứa bé trong bụng tao làm con. Con tao không có loại thằng bố khốn nạn, hèn hạ như mầy!

Gã tên Sơn sụp xuống đất than vãn:

- Anh lạy em... Anh van em xin em giữ lấy con. Nó là con chúng ta, anh với em dẫu sao trước kia cũng có lễ hỏi, chỉ chưa cưới mà thôi. Em không cho anh nhận nó cũng được, nhưng xin em đừng bỏ nó... Tối hôm qua anh nằm mơ thấy nó rất rõ - Nó là con gái, giống hệt đứa con mà chị anh đã để chết ngạt trong hầm trốn pháo năm kia ở Thái Bình.

- Ai anh, ai em, vợ chồng gì với mầy... Nếu tao giữ đứa bé là vì nó từ trong bụng tao mà ra. Mầy là thằng khốn kiếp, đâu xứng đáng làm bố con tao.

Giọng nói Giang Thanh vẫn còn nguyên độ cứng cỏi, nhưng thoáng vẻ cay đắng chán chường, chứ không hoàn toàn do phẫn nộ như khi bắt đầu buổi họp.

Cuối năm 1975, ngày 28 Tháng 12, đúng chín tháng, mười ngày kể từ cơn say ngất ở Trường Đà Lạt, Giang Thanh sinh đứa bé gái ở Nhà Bảo Sanh của bà đỡ Người Hoa, họ Lương, đường Hai Bà Trưng, ngã ba Đường Trần Quang Khải từ Đường Trần Nhật Duật đi thẳng ra - Nơi có căn nhà ngày trước Uông Đại Dụng đã mua cho bà thứ Tám vào năm 1915, sáu-mươi năm trước, cũng một năm Ất Mão, 1975.

Ba.

Giang Thanh từ chối những quyền lợi của người được tước hiệu "Nghệ Sĩ Ưu Tú" nếu như thuận trở về Hà Nội với đoàn ca múa. Cô xin ở lại Sài Gòn, ghi danh vào học trường Quốc Gia Âm Nhạc, nay cải biên nên thành Trường Âm Nhạc Nghệ thuật số 2, lớp Đạo Diễn do quan niệm: Nghệ sĩ trình diễn chỉ có một thời đoạn và một lãnh vực riêng: Hát, múa, phim, kịch... và sẽ bị hạn chế bởi tuổi tác, thời gian, yêu cầu của nghiệp vụ (cho dù tài nghệ xuất sắc, kỹ thuật điêu luyện đến đâu).

Nhưng những hạn chế nầy sẽ không tác động đối với chức năng đạo diễn, nếu không nói ngược lại - Càng ở lâu trong nghề, tuổi càng lớn, người đạo diễn ắt sẽ trở nên vững vàng, sâu sắc hơn. Tuy nhiên, cô cũng phải chịu những lời phê phán, trách móc, ác độc... "Nó muốn ở lại Sài Gòn là bị nhiễm cái mùi bơ thừa sữa cặn của bọn ngụy bỏ lại đấy mà... Cái ngữ ấy rồi đây chỉ có nước nằm ngửa ra để bán thân nuôi miệng thôi... Thằng Sơn ấy đã van lạy trước tập thể như thế mà nó còn đá thằng nhỏ như con chó thì nó còn biết thương ai... Đứa nhỏ kia trước sau gì nó cũng cho vào nhà mồ côi để rộng đường đi ngang về tắt."

Đối với những lời "tiên tri" không mấy tốt lành nầy, cô đáp lại không khoan nhượng... "Ở Miền Bắc, tao mười bốn tuổi còn nuôi được cả nhà dưới bom đạn Mỹ, hôm nay chúng mầy nói điêu, nói độc, rồi đây sẽ có ngày chạy tới bám vào gấu quần tao để xin xỏ." Cô không dùng lời ngoa ngôn, trống rỗng, bởi sẵn có dự định (thật ra là quyết định) với hai khả năng giúp phần ưu thế: Một sắc vóc rực rỡ lồ lộ, và trí sáng thiên bẩm do từ trực giác bén nhạy, giúp cô thấy ra sự việc, lời nói, ý niệm của người khác từ lúc mới manh nha khởi động. Hơn ai hết cô biết rõ về mình nên rất đỗi tự tin, đồng thời biết giữ vững tâm chất trong sáng do đã kinh qua cảnh khổ mà không bị nhận chìm xuống. Nhưng cô cũng sẵn sàng tiếng lời độc địa, khắc nghiệt ứng phó, trả lại chính xác từng chữ, từng câu với đối thủ. Chắc chắn một điều - Giang Thanh không hề sợ hãi, ngã lòng.

Miền Nam nói chung, Sài Gòn nói riêng sau 30/4/1975 rơi vào một tình trạng bi thảm kỳ dị suốt hơn trăm năm thành hình, xây dựng nên cảnh sắc riêng biệt, đặc dị tài hoa - Cảnh huống bi thảm do chính bản thân (người Miền Nam) góp phần khởi dựng, thực hiện qua một cuộc đổi đời đảo ngược nên thành tồi tệ - Cũng gọi là "cách mạng giải phóng dân tộc", nếu nói theo ngôn ngữ chính trị thời thượng, mà lần hồi không mấy ai cam tâm sử dụng do so sánh với thực tế khi "chưa giải phóng".

Những chuyến xe búyt vàng chạy đường Gia Định, xe xanh nội thành Sài Gòn thoắt trở nên chuyện, tích đời xưa cũ. Nhà cửa, quán đàng đường Lê Lợi, Tự Do, Lê Thánh Tôn bày ra vẻ buồn thảm tội nghiệp như cô gái ngày hôm trước còn mặc trên người những áo quần đắt tiền của thời trang thế giới, nay lập tức thay bằng chiếc bà ba màu trắng, và quần đen nội hóa, chân mang đôi dép nhật đúc bằng nhựa làm từ Chợ Lớn, hiện thực chính xác miêu tả của Hoàng Cầm: "Chân dép râu. Đầu thắt bím. Quần đen, áo trắng, dáng con Sen..."

Người Miền Nam vừa kinh ngạc, vừa buồn cười với "chân dung của kẻ giải phóng". Kẻ thắng trận chỉ là một đối thủ lúng túng, xoay xở cây xẻng cá nhân mang nhãn hiệu U.S. trên tay, ngơ ngác đi trước Tòa Đô Chính, bối rối nhìn lên những cao ốc với lời tán thán... Khiếp! Và người giúp việc nay là cứu tinh của gia đình qua lời trấn an kẻ cả: "Cậu, mợ đừng ngán đứa nào, cứ dời xuống dưới ga-ra mà ở; tui bây giờ là chủ nhà nầy, tui "trước giải phóng" thuộc đội đặc công thành phố, phụ trách phụ nữ quận Phú Nhận ("Nhận" chứ không là "Nhuận")".

Người Sàigòn phải trình bày toàn bộ ý nghĩ, cảm xúc của

mình bằng một tỉnh từ tổng quát "tốt" với một lối nói "được học tập" sau nhiều đêm họp tổ khu phố, kiểm điểm, bình bầu, báo cáo thành tích thi đua lao động, tăng gia sản xuất: "Báo cáo cán bộ, tôi đã lao động tốt, đạt, và vượt chỉ tiêu mà trên giao!" Từ bà già bán bún ốc nơi Chợ Phú Nhuận, ông đạp xích lô, anh thanh niên chạy xe thồ, thằng bé chạy việc nơi tiệm phở quốc doanh... tất cả đều chung một lời báo cáo với một nội dung tất cả đồng học thuộc mỗi đêm từ 8 đến 11 giờ.

Xong tất cả về đi ngủ để sáng 6 giờ ra công viên văn hóa tập thể dục theo nếp sống "văn minh văn hóa mới". Và để an ủi, người Sài Gòn tự hoạt kê phần bất hạnh của mình qua những câu chế diễu... "Đả đảo Thiệu-Kỳ cái gì cũng có. Hoan hô Hồ Chí Minh, mua cái đinh cũng phải xếp hàng." Mọi người đều bình đẳng trong một tình huống cùng khổ, thảm hại qua một cơ chế kinh tế, xã hội gọi là "chế độ bao cấp".

Giang Thanh không thoát khỏi cảnh chung khốn cùng do "vinh quang cách mạng" cô góp phần xây dựng nên. Mức lương cố định của học viên trường Âm Nhạc Nghệ Thuật không thể giúp cô nuôi đủ bản thân, huống gì nay thêm bé Thanh Giang - Cô đảo ngược tên mình đặt tên con để biểu lộ quyết chí - Đấy là đứa con của chính cô. Với riêng một mình cô. Vì bé Thanh Giang chỉ được đăng ký là con tư sinh, do cô không có chứng chỉ kết hôn với ai, nên bé không được gọi là con trẻ của chế độ mới - Chế độ xã hội chủ nghĩa. Chế độ chấm dứt hiện tượng "người bóc lột người". Thanh Giang không được tính vào mức lương của mẹ. Thế nên, Giang Thanh tìm cách phấn đấu để nuôi con.

Xin được chân chạy bàn ca đêm ở nhà hàng Bát Đạt được hai bữa. Đêm thứ ba, viên quản lý đến bên cạnh khi cô đang choàng chiếc áo đồng phục trước buổi làm:

- Em đẹp quá, thơm quá...

Anh ta hít hít cánh mũi rộng để chứng thật đang được

thấm đẫm hương thơm từ da thịt người nữ. Giang Thanh ngừng mặc áo, nhìn gã quản lý. Hiểu lầm sự im lặng của cô, anh ta tiến tới:

- Em khỏi phải chạy bàn nữa, phí đi. Đừng mặc áo chiêu đãi nầy, kể từ đêm nay. Lên phòng anh, phòng quản lý, lầu số 8, phòng có bể cá vàng đằng trước.

- Không mặc thì bà đội lên đầu mầy ấy à! Mầy nhầm người rồi!

Giang Thanh chụp chiếc áo choàng lên đầu gã quản lý. Quay ngoắt bước đi. Cô cũng gặp phải "sự cố" tương tự tại vài nhà hàng khác, hoặc bị vợ của những viên quản lý đòi xé xác "con Bắc Kỳ trắng như đầm lai, đẹp như Thanh Nga, Mộng Tuyền..." Cuối cùng, cô chọn chân rửa chén tại Khách Sạn Nam Đô, cơ sở biên chế nên thành nhà hàng quốc doanh, địa điểm chiêu đãi chính thức cho những đoàn hát trung ương vào Sàigòn công tác.

Không ai biết cô diễn viên thoại kịch tài hoa, nghệ sĩ trình diễn ca, múa dân tộc điêu luyện, học viên biên đạo diễn xuất sắc cũng là cô phụ bếp (những đêm cuối tuần) lên ca với những chồng chén dĩa cao ngất, lầy nhầy thức ăn rửa bằng tay trần với xà phòng nội hóa. Nhưng Giang Thanh không hề ta thán, cô nói thành lời với chính mình: "Chẳng thấm vào đâu so với cảnh đội bom Mỹ chạy từ Mai Dịch về Hà Đông với cái bụng đói!" Cô còn có được mối hân hoan, khi xin với ban quản lý bớt một phần lương tính vào hai con gà xối mỡ đem về đãi bạn đồng lớp. "Ăn đi chúng mầy, đây là tiền lương của tao chứ không phải xin của ai. Chúng mầy ăn đi, từ ngày vào học đến giờ tao chưa đãi chúng mầy được một bữa cho đáng." Cũng bởi cô vốn có tính ham vui và ưa chăm sóc người khác, vì đã hiểu nghĩa hạnh phúc khi được thương yêu và biểu lộ sự yêu thương cùng người.

Nhưng ý định tốt lành của Giang Thanh đưa đến tai nạn:

"Đồng chí Giang Thanh hãy báo cáo trước tập thể từ đâu đồng chí có được hai con gà quay đem về đãi các bạn học viên trong lớp đạo diễn. Hai con gà ấy tính ra hơn một nửa mức lương căn bản của học viên. Chúng có từ đâu nếu không do những quan hệ bất chính!"

Trong khoảng khắc, Giang Thanh uất ức nghẹn cứng, vì không thể nghĩ thiện chí, thành thật lại đưa đến hậu quả tồi tệ ác độc nầy. Nén xuống phẫn nộ, cô phản công...

- Từ đâu mà có? Các đồng chí ám chỉ tôi đi "làm gái" mới có tiền để mua những con gà ấy chứ gì? Tôi không rẻ đến thế! Nếu muốn làm gái, tôi biết đường xuống khách sạn Bến Nghé đi khách ngoại với những món tiền lớn gấp bội, hơn cả năm lương của tôi kìa. Và muốn biết vì sao tôi có những con gà kia hãy đến hỏi chỗ Nam Đô, đêm thứ Bảy vừa rồi ở đấy chiêu đãi đoàn ca múa Hồng Hà từ ngoài Hà Nội vào, sau khi trình diễn nơi tụ điểm ca nhạc Bông Sen. Nhưng giá sử như tôi phải đem thân đi làm gái thì các đồng chí cũng phải xấu hổ cùng tôi. Chiến sĩ văn công đi B, Miền Nam được giải phóng rồi phải đem thân đi làm gái... Ai xấu hổ hơn ai!? Ai đau xót hơn ai!? Thành quả cách mạng giải phóng dân tộc, thống nhất đất nước mà đẩy chiến sĩ, bộ đội vào chỗ phải bán thân nuôi miệng là làm sao? Và miếng thịt gà kia không phải chỉ cho riêng tôi, nhưng còn cho vào miệng các đồng chí đang ngồi ở đây để chủ trì vụ kiểm điểm nầy... Xét xử tôi đi! Hãy kiểm điểm tôi đi! Ai được quyền kiểm điểm ai? Lấy cái gì để kiểm thảo, phê bình!?

Giang Thanh đẩy không khí buổi kiểm điểm nên thành một màn bi kịch đen thẩm đọa đày. Sau nầy nhớ lại, cô lấy làm tiếc đã không nói hay hơn, độc hơn thế nữa. Bà đã không nói thì thôi, nói thì phải cho chúng mầy sống dở, chết dở mới được. Cuối cùng, Giang Thanh quyết định rời Nhà Hàng Nam Đô đi vác cá ở chợ Cầu Ông Lãnh với lời nguyền rủa tự thân... "Mã mẹ chúng mầy, bà lấy cái thân bà đây để nuôi con xem thử có đứa nào đụng đến, vòi vĩnh, bắt ép được!" Mỗi đêm, cô lén dậy từ lúc một giờ sáng, chêm mùng cho con ngủ yên, đạp xe xuống vựa cá góc đường Cô Giang/Nguyễn Thái Học. Vóc người cao, chắc, Giang Thanh đội thúng cá chạy thoăn thoắt không khó khăn, chỉ phiền nỗi nước cá chảy xuống tóc, ướt đẫm mặt, đậm mùi tanh tưởi. Bốn giờ sáng trở về, gội đầu, tắm cho hết mùi cá đọng sâu chân tóc, trên da thịt.

Cũng may trời miền Nam luôn nóng nực nên không phải chịu giá rét, nhưng ngâm nước suốt một giờ trong buổi sáng sớm lâu ngày sau nầy gây chứng viêm xoang mũi làm tiếng nói của cô bị khàn đục, mất âm sắc trong trẻo. Bù lại, cảnh khổ tôi luyện ý chí Giang Thanh bền bỉ hơn, thông cảm trực tiếp cảnh khốn cùng của người (là chính bản thân). Cô dựng kịch "Bà Mẹ Can Đảm với Những Người Con" của Bertol Brecht để tố cáo tội ác của phát-xít, tư bản gây chiến tranh đày đọa con người cần lao vô tội, và thủ vai người mẹ mà không ai có thể diễn xuất sánh cùng - Thật ra cô chỉ cần hiện thực nỗi đau của chính mình và những người đàn bà trong gia đình họ Uông trên sàn sân khấu mà thôi.

Vở kịch trên thật ra do ủy viên văn hóa tư tưởng trong ban bí thư nhà trường, Lê Đậu phỏng dịch từ nguyên tác của Bertol Brecht. Đậu người Thanh Hóa nơi đã có những ví von (thuần túy không chỉ là những ca dao, tục ngữ của địa phương nầy để miệt thị, chế diễu địa phương khác) thể hiện đủ cá tính về người, việc của vùng đất đã nẩy sinh ra những cuộc huyết chiến kéo dài từ thế kỷ 16, 17. Nam/Bắc Triều; 60 năm; Trịnh/Nguyễn hơn trăm năm tranh hùng quanh khu vực hai bên Đèo Ngang- "Thanh Hóa ăn rau má, phá đường rầy!"

Người Thanh Hóa thực sự hãnh diện với tính chất kiên cường, mạnh mẽ, đánh phá của họ: "Đá như Thanh Hóa!" Tức là mẫu mực kỹ thuật đá bóng tròn để (miễn có) đoạt thắng bất kể giá nào phải trả. Thanh Hóa không phải chỉ có vinh quang trên ngôn ngữ, thi ca, hò vè, nhưng thực tế đã có viên Đại Tá

Đặng Vũ Nam đánh tan đạo binh Charlton, Le Page trên Đường Số 4 (1953), bắt sống hai chỉ huy cao cấp trên trận địa, hủy diệt hoàn toàn một binh đoàn cơ động liên binh chủng của quân đội Pháp trong một cuộc vận động chiến tài tình, điêu luyện của chiến thuật du kích tiến lên trận địa chiến.

Thanh Hóa đã là "An Toàn Khu" trong chiến tranh 1946-1954, và cũng là địa phương dẫn đầu trận đấu tố bật tung lũy tre ngàn năm che chở quê nhà, ghìm chặt xuống tiếng than của vạn con người thống khổ, đọa đầy. Đậu vào Nam với câu khẳng định: "Đéo mẹ chúng nó! Cần Thơ, Gia Định... không riêng của người Nam. Đứa nào mạnh thì đứa đó lấy". Đậu không dịch vở kịch chỉ vì công việc của người dịch thuật, phóng tác, nhưng như lời anh ta nói với Giang Thanh: "Tôi dịch vở kịch nầy để cho cô. Cô dựng nó nên thành kịch đáng giá khác với những bản kịch nhà quê của chúng nó... Loại chiến sĩ cộng sản Paven (Nhân vật thanh niên cộng sản của tiểu thuyết cách mạng Nga) xúc tuyết làm cách mạng! Với nó, cô đi lên sân khấu lớn như đoàn kịch trung ương Mát-cơ-xva."

Khi diễn thử, dẫu chẳng có cảm tình với Đậu, Giang Thanh cũng phải nói thầm: "Lão quái nầy đáng phục thật, đối thoại của Bertol Brecht mà nó dịch ra cứ như kịch của Lưu Quang Vũ".

Sinh nhật Giang Thanh ba mươi tuổi, 1985 dẫu đang thời bao cấp, khó khăn chung, vì bao nhiêu tài sản, kho tàng tịch thâu từ Miền Nam phải dồn trả nợ Nga, Tầu, và bù trừ cho thiếu thốn của (người) Miền Bắc đã phải chịu đựng từ 1945, 46... Nhưng Sài Gòn vẫn không thể "nghèo ngang bằng" Hà Nội, Hải Phòng, nên Đậu xoay được một bó hoa ba mươi đóa hồng Brigitte, với chiếc bánh sinh nhật được những người tham dự trầm trồ đánh giá: "Bó hoa đẹp hơn lẵng hoa Bác Tôn gởi cho bộ chính trị ngoài ta và cái bánh lớn như mâm cối 82 Ly của Trung Quốc" Không hiểu lão "Đậu đéo" kiếm đâu ra được như thế!

Đậu sở dĩ có tính danh "đéo", do anh ta luôn bắt đầu câu nói với: "Ông đéo cần... Chúng mầy đéo hiểu..." trong tất cả mọi giao dịch. Cũng chẳng phải trong ngôn ngữ bình thường mà ngay cả khi trò chuyện với viên bí thư bộ văn hóa: "Báo cáo anh... Tôi "đéo" nghĩ rằng bọn miền Nam có thể làm "đéo" gì được ta!" Viên bí thư vốn tổng hợp nhuần nhuyễn "tính nhân dân và tính đảng" nên đã đáp lại: "Nói vậy, cậu "đéo" hiểu gì về chúng nó cả...".

Riêng về nghĩa đen, Đậu không thể nhịn "đéo" cho dù một ngày theo như lời anh ta tự mô tả: "Đéo biết thế nào mà khi nào, tao cũng cứ "tưng tưng" như thế nầy... Đéo mẹ, giá như là đàn bà ắt phải mỗi ngày nạo thai một lần!" Đậu không nói quá về mình, sợ rằng anh ta diễn tả không được chính xác hơn.

Sài Gòn sau 1975 với đàn ông (miền Nam) hầu hết phải vào trại tập trung; bộ đội Miền Bắc chết rải dọc Trường Sơn. Phần lớn phụ nữ (không học vấn "cho có học vấn vô dụng", ngành nghề, tài sản...) muốn kiếm sống không còn gì ngoài thân xác của mình, nên người như Đậu với tật "đéo" không là trở ngại, mà đôi khi còn được "biểu dương". Trước cổng nhà Đậu luôn có những cô gái ngồi đợi vì... "Anh ấy có bảo em, mỗi khi ế khách, không chỗ ăn, chỗ ngủ thì đến đây..." Nhưng Đậu không chỉ "nhiều" với thói tục "đéo", anh còn nhiều trong tất tả mọi phương tiện. Ăn thì phải ăn cho đáng! Cắn miếng thịt phải ngập hàm răng. Ăn ba thứ rau, dưa, cà muối... ông đéo đụng tới bao giờ. Mất công đi... ỉa!

Đậu không nói quá, anh không hề cho vào miệng bất kỳ các loại rau, trái, đậu nào. Đậu tự mô tả rất chính xác: "Trứng là rau của ông. Thịt là cơm của ông. "Cái hĩm" là bùa của ông!" Gặp người đặt câu hỏi khó với ý định bắt bí: "Ông la lối, hùng hổ như thế, học hành, chữ nghĩa như thế tại sao không viết nên cuốn sách nào đi... Không lẽ cái đầu, trái tim của ông chỉ chứa ngần ấy thứ?" Đậu nhanh chóng nắm chắc ý đối thủ, nhổ toẹt mẩu tàn thuốc đẫm nước bọt. "Cái đầu hả...

Thì chỉ nghĩ đến chuyện đéo, và cuộc đời ông đã là một tác phẩm hoàn chỉnh... Đéo cần viết thêm một chữ nào nữa. Còn quả tim... Đéo mẹ, quả tim ông thuộc về đảng vinh quang... Hê...hê!"

Đậu gầm gầm nhìn đối phương sau lớp kính dày. Với lối sống, ăn, ngủ, nghĩ như thế, chiếc đầu, thân thể Đậu luôn nóng như một khối lửa, nên anh chỉ có thể mặc quần sọt, áo tay ngắn không gài hai nút ở cổ. Đậu ngủ ngay trên sàn nhà, không hề nằm giường, nệm. Trong cung cách sống với quan niệm vừa kể, Giang Thanh là một "mục tiêu" Đậu không thể bỏ qua. "Đéo mẹ, ông phải bắt cho được con bé nầy, dẫu mầy có chạy lên giời!" Khi Đậu chưởi thề nguyên chữ tức là gặp phải trường hợp vô cùng "khẩn trương" và rất có ý nghĩa.

Thế nên, khi đến lúc, cô Thúy Hương, vợ Đậu một người đàn bà đẹp, chuyên làm người mẫu cho tạp chí thương mại, thời trang phụ nữ (Đậu mang vào Nam năm sau 1975) trở thành gánh nặng, Đậu tìm cách "xử lý": "Em là người mẫu mà không chụp "nuy" thì phí đi, để hôm nào anh kêu thằng quay phim, chụp ảnh trong trường về nhà làm cho em mấy phùa!" Hương tin lời Đậu, cũng bởi người tình của cô (một tay nhiếp ảnh chuyên nghiệp Sài Gòn trước 1975 cũng có nhận xét tương tự). Hơn nữa cô cũng thích thú với dự kiến được tham dự vào "sinh hoạt văn minh tiên tiến mà trước kia bọn Mỹ-Ngụy "sa đọa" đã nâng lên hàng nghệ thuật".

Và khi anh chàng nhiếp ảnh đang lóng cóng sửa vị thế nằm cho Thúy Hương thì Đậu phá tông cửa phòng nhào vào với hai viên công an khu phố (dẫu anh ta có sẵn chìa khóa phòng)... "Ối giời đất ơi! Ối giời đất ôi... Cô người mẫu đẹp nhất Hà Nội! Vợ của tôi!" Đậu ngã lăn lên đất trước để hai viên công an chụp hiện trường phạm tội. Đậu lấy được căn nhà Đường Nguyễn Huệ với cớ chứng "lỗi phần người vợ" - Căn phố mặt tiền trước 1975 là cơ sở Ảnh Viện Thăng Long, Thúy Hương chiếm dụng dưới danh nghĩa Hội Nhiếp Ảnh

Giải Phóng.

Giữa buổi tiệc sinh nhật Giang Thanh, Đậu trình ra tờ giấy ly dị với lý do: "Vợ bị bắt gặp làm tình tại chỗ!" Giang Thanh cũng đã quá mệt với cuộc sống đơn độc mà luôn có kẻ nhìn vào với ý định sỗ sàng... "Cho anh làm cha con bé của em đi!" Cô thuận lấy Đậu với một giao ước: "Lấy tôi, anh muốn ngủ với con nào thì mặc (tôi đã biết rõ anh "máu' như thế nào), chỉ yêu cầu anh đừng mang gái về nhà khi tôi đi vắng... Tôi không muốn con tôi (là con gái) thấy sự dơ bẩn ấy! Khi con tôi lớn, đưa ra ngoại quốc học là tôi vào chùa ngay"

- Chuyện gì chứ chuyện nhỏ ấy ông biết liệu, mợ "đéo" phải dặn! Đậu cam kết, quay mặt dấu nụ cười. Con bé nầy ghê lắm, "đéo" đùa được với nó!

Sống vợ chồng chính thức được một tuần, Giang Thanh xác chứng điều cô nghi ngờ: Những mạnh mẽ ồn ào về "đéo" của Đậu chỉ cốt che dấu: Anh ta không có khả năng hoàn tất "nghĩa vụ (hoan lạc) làm chồng" - Để được trở nên thành một người cha theo nghĩa bình thường. Đậu bào chữa "khuyết điểm" của mình với nụ cười xuôi xị: "Ông chỉ có cái mồm thôi, mợ đừng phiền!" Nhưng chính khi Đậu bộc lộ điều yếu đuối tội nghiệp nầy với nụ cười ngây ngô con trẻ (rất hiếm hoi) thì lòng Giang Thanh lại lắng xuống. Cô nói lời an ủi: "Cũng chẳng quan trọng lắm, miễn là bố yêu thương, che chở mẹ con tôi... Bố cứ việc "đéo" ở đâu như bố muốn từ trước đến nay, đừng đem gái về nhà, đừng rước bệnh vào người chỉ làm khổ thân, và xấu mặt tôi."

Để trả ơn sự thông cảm rộng lượng của vợ, ngày hôm sau Đậu mang giỏ đi chợ với cách hân hoan, nụ cười rộng mở kéo đến mang tai. "Tôi đi chợ về nấu ăn cho mẹ con nó." Lần đầu tiên Đậu mua những món rau, đậu, củ... Đậu giải thích với người bán hàng: "Tôi mua những thứ nầy nấu canh cho con bé ấy mà. Cũng là lần đầu anh không sử dụng chữ "đéo" trong lời nói. Và Giang Thanh thật tình cảm động khi Đậu lóng cóng bưng tô canh lên cho hai mẹ con. "Ông cả đời chỉ biết làm món nhắm, đây là lần đầu tiên ông phải làm "nội trợ" hầu mẹ con nhà mợ". Đậu cười rộn rã, hào hứng ngồi xuống với bé Thanh Giang. "Để bố cho mầy ăn nhá" Giang Thanh cười vui trong ánh mắt, cô nhủ thầm: "Thôi thì lão có giở chứng gì mình cũng phải bỏ qua cho yên nhà lợi nước, chỉ mong được bình an thế nầy!"

Nhưng sự cố gắng "có thiện ý" của Đậu bị lung lay sau lần xong trận tình cực độ thỏa mãn (bởi không phải chịu trách nhiệm, ràng buộc bởi nghĩa vụ/ý nghĩa làm chồng) với nữ nghệ sĩ Xuân Hồng, ngôi sao văn, thơ, ca nhạc từ Hà Nội vào công tác "thành phố mang tên Bác". Nữ sĩ châm điếu thuốc Điện Biên bọc giấy bạc (thuốc lá cao cấp nhất do Hà Nội sản xuất). "Vất đi, hút thứ ba số nầy (Thuốc lá nhập cảng, nhãn hiệu 555), ngủ với ông mà hút đồ nhà quê mang từ Hà Nội vào là chưởi ông không bằng!" Thật sự Đậu chỉ muốn chứng tỏ cách ăn chơi của "người Sàigòn" để trộ người ngoài ta mới vào, chứ không có ý định bỉ thử cô nữ sĩ. Nhưng Xuân Hồng không phải tay vừa:

- Ông mã mẹ cả nhà anh! Ba số với chẳng là ba số. Mồm anh chẳng ăn mắm tôm thịt chó, hút thuốc lào suốt cả mấy mươi năm hay sao? Nay vừa được hầu con đĩ không chồng mà chửa, xin được chân bưng bô nhà nó đã quên mất "tính cách mạng trong sáng" của cán bộ văn hóa tư tưởng như lời anh thường lên lớp dạy chúng tôi... Anh biết nó mô tả anh như thế nào không?

- Nó nói gì? Đậu ngồi nhỏm dậy.

- Nó bảo anh là thứ "gà trống thiến", chỉ được cái mồm!

Đậu có thể bỏ qua nhiều chuyện, nhưng bởi cô nữ sĩ vốn rất tinh nên biết đánh trúng ngay "tử huyệt" đối thủ!

- Nó bảo như thế à? Đậu như ngồi phải đống lửa.

- Nó chẳng bảo thì ai mà biết ra. Kể cả màn anh bưng bô hầu mẹ con nó.

Đậu chống chế trống không, yếu ớt...

- Vừa vừa thôi, liệu cái mồm!

Cô nữ sĩ õm ờ, chế diễu... Anh bảo nó với anh giữ mồm với nhau chứ bảo được ai! Mà cũng lạ, người như anh sao mà dễ bị xỏ mũi đến thế? Tôi cứ ngỡ anh cao như núi, ai ngờ chỉ là một hòn đất.

Xuân Hồng biết nâng lên và đạp xuống. Đậu cáu kỉnh:

- Đéo đứa nào xỏ mũi được ông, ông không phải là loại người chui vào gầm giường la lối, đưa mông ra để đứa khác đá đít... Đứa nào giỏi "quay" được ông, vì thương tình nên ông chịu nhũn thế thôi.

Xuân Hồng xoay qua vấn đề "chí tử" thứ hai:

- Kể từ ngày lấy ông nó đã tiêu hết mấy cây vàng?

Đòn quả rất hiệu lực. Đậu ấp úng...

- Chuyện ấy liên quan gì đến cô.

Nữ sĩ cười nhạt.

- Không liên quan đến tôi, nhưng nói ra để báo cho ông rõ, cả Hà Nội người ta đang bàn chuyện: "Thằng Đậu đéo" (xin lỗi cho tôi nhắc lại đúng nguyên văn...) giở trò lưu manh lấy được cái nhà của con Thúy Hương nay lại đi cúng cho con Giang Thanh để được cái tiếng làm chồng hờ... Mẹ kiếp, người như em đây cũng chỉ mong được tiếng về làm dâu nhà "Đại tộc Họ Lê" của bố. Bố đâu phải là thằng nhỏ, con sen xách làn đi chợ về hầu mẹ con nhà nó, dọn cứt chó, cho mèo ăn. Được bố làm chồng, cố vấn đường chữ nghĩa, em được giải thưởng văn học hội nhà văn liền một khi. Bố là "bậc thầy" cơ mà!

Đậu lụp chụp bỏ áo vào quần, điếu thuốc ngậm ở miệng

rung rung, đẫm ướt.

- Địt mẹ chúng mầy cả lũ...

- Nầy, muốn chưởi về nhà anh mà chưởi, tôi không phải là cái thùng rác để anh trút xuống những thứ thổ tả của nhà anh.

Xuân Hồng rít giọng.

- Rồi sẽ biết tay ông! Đậu quyết chí.

- Ông là cái đéo gì mà biết với chả biết!

Xuân Hồng đổ tràn ly nước khiêu khích. Đùng đùng chạy xuống cầu thang, Đậu lẩm bẩm...

- Địt mẹ chúng mầy... Địt mẹ chúng mầy!

Khi Đậu bước vào nhà thì Giang Thanh đã ra tay trước. Chén, dĩa, đồ sành, đồ sứ, gương soi, tủ kính, cửa sổ, bàn trang điểm... Tất cả đã trở thành một đống vụn lởm chởm vương vãi đầy nhà. Cô nói sắc gọn:

- Thằng khốn, tao đã truyền đời cho mầy từ ngày đầu tiên... Mầy có quyền đi "đéo" bậy, nhưng cấm làm nhục mặt tao. Con đĩ Xuân Hồng đã đi rêu rao khắp những nơi tao quen biết, là tao chịu lấy mầy chỉ cốt chiếm cái nhà do mầy cướp được qua vụ dàn cảnh con Thúy Hương ngủ với thằng thợ chụp hình. Tao lấy mầy là vì vàng, dẫu con buồi thối của mầy vất ra chó cũng chê, cái mặt mầy ác như con chó ngao... Nhà nào... Vàng nào... hở?!

Giang Thanh trở nên là "kẻ thù" vì đã bày ra những "nhược điểm" chí tử không thể bù trừ, chuyển đổi của Đậu. Nhưng dẫu là kẻ bản lĩnh do gian nan cảnh khổ tôi luyện nên thành, cô vẫn nguyên vẹn tâm chất chân thật, mẫn cảm của một nghệ sĩ vốn xuất thân từ gia đình thế giá, văn hóa thuần nhã, cô không thể tưởng ra, lường trước những tình huống ti tiện hèn hạ, thủ đoạn ác độc hơn một cơn giận. Nên sau khi ra tay tàn phá, và thấy Đậu im lặng quét dọn với cách thức chịu đựng, hối lỗi... Tất cả vật dụng bị đánh vỡ dồn lại hai cần xé lớn, Đậu cố sức xoay xở nhưng không thể xê dịch, chiếc kính trắng gãy gọng đong đưa một bên tai, đầu tóc rũ rượi... Giang Thanh cảm thấy ái ngại về hành vi quá độ của mình, cô cười nhỏ, khẽ gắt:

- Xê ra, chẳng làm được cái gì ra hồn... Chỉ được cái mồm láo!

Và cô hầu như đã quên mất phần lỗi của Đậu, khi qua hôm sau anh xuất một lượng vàng đi sắm lại những thứ đã bị đập vỡ với câu tán thán kèm nụ cười khỏa lấp:

- Lần sau có đập vỡ, mợ nhớ chỉ đập cái nào bằng sành thôi, cái nào đắt tiền mợ tha cho nó!

- Chẳng có lần sau nào nữa... Lần sau tôi đập vỡ đầu anh ra. Và cô thật quên hẳn tai nạn đã xẩy ra.

Như một cố tật không thể sửa đổi và cố ý thực hiện, Đậu lập lại thành tích "đéo bậy" không những một lần nhưng nhiều lần, nhưng với một cách thức khôn ngoan, kín đáo hơn với những "đối tượng" mà anh cho là "vô hại". Anh giải thích với Giang Thanh:

- Tôi chẳng thích gì những con mụ ấy, chúng nó không đáng gót chân của mợ... Nhưng tôi muốn cho chúng nó biết rằng người ngoài ta hơn bọn ngụy tất cả, kể cả cái khoảng trên giường!

Giang Thanh trả lời cũng "cực kỳ":

- Chẳng biết đứa nào "chiến thắng" đứa nào! Ông hơn bọn ngụy cái gì tôi không biết, chứ vụ "khoảng trên giường" chắc ông thua chúng nó rồi... Đừng nói phét với tôi!

- Thế mợ đã "test" với chúng nó rồi hay sao mà biết rõ thế?

Giang Thanh mau chóng nổi sùng:

- Tôi chẳng hơi sức đâu để "tét, tiếc" gì cả? Tôi chỉ nhìn

dáng ông đi về sau mỗi lần mà ông gọi là đi "tiếp thu chiến lợi phẩm của bọn ngụy để lại" thì biết ngay! Có "chiến lợi phẩm" nào đi tìm ông lần thứ hai, có chăng là do mấy cây vàng ông mang từ ngoài Bắc vào còn lại. Nhưng tôi nói để ông yên tâm: Con bé lên cấp hai là tôi thôi ông ngay, vì tôi cũng đã kiếm được căn hộ ở Đường Nguyễn Trãi. Ông tha hồ đi "trả thù ngụy quân, ngụy quyền" và trả tiền cho bọn "sản phẩm sa đọa do chế độ Mỹ-Thiệu" để lại. Mặc xác ông với cái lũ đàn bà của ông... Những "con cháu Bác Hồ" hay "tay sai Mỹ-Thiệu" đối với tôi chẳng khác gì nhau!

Những đối thoại kể trên có kết thúc tại lần Giang Thanh trình ra tờ giấy ly dị với lỗi phần "người chồng phạm tội ngoại tình". Đậu ngẩn người, hỏi câu thành thật:

- Làm sao... làm sao mợ có tờ giấy ấy?

Giang Thanh từ tốn, cặn kẽ, dứt khoát:

- Tôi cấm ông sử dụng lối cậu, mợ, anh, em... với tôi từ nay. Ông hỏi tôi làm sao có cái giấy nầy chứ gì? Vậy là ông chẳng nhớ những thành tích "trả thù (vợ, con) bọn ngụy quân, ngụy quyền" đã khoe với tôi hay sao? Ông dạy cho tôi nhiều điều, tôi phải học được đôi phần. Ông muốn nghe lại những thành tích kia không? Tôi đã sang ra nhiều cuộn băng, nghe lại hấp dẫn cực kỳ... Với cái máy cassette mà ông khoe đã thâu băng lần làm tình với con mụ vợ bé thằng cha tổng trưởng ngụy gì đó đi Mỹ để lại trong biệt thự đường lên sân bay. Ông nhớ lần ông vừa làm tình vừa chưởi để con mẹ ấy thêm phần phấn khích không?

- Thế thì mợ...

- Nầy, đã bảo không "cậu, mợ"!

Giang Thanh dứt khoát.

- Vâng, thế thì cô muốn gì?

- Chẳng muốn gì cả, tôi ra khỏi nhà nầy, không lấy của

ông một cái bát, đôi đũa... Hôm nào mời ông lên chơi nhà ở Nguyễn Trãi, nhà số... Hẻm 222, số ấy dễ nhớ...

- Bà cho tôi lên nhà bà, và bà xuống đây thăm tôi. Tôi van bà... Tôi biết lỗi... Cũng đã gần ba năm tôi sống với bà... Tôi không thể không có bà và con bé... Bà hiểu tôi... Tôi không thể sống một mình!

Đậu quỳ xuống hôn lên chân Giang Thanh.

- Đấy là tôi nói riêng với ông, người ngoài không ai biết... Chẳng tốt lành gì việc nay bỏ người nầy, mai đi lấy người khác. Đến khi nào ra khỏi nước với con bé, tôi sẽ tuyên bố công khai, rồi mọi người nghĩ sao tùy ý họ. Sau khi mẹ con tôi dọn đến nhà Nguyễn Trãi, ông muốn xuống ăn cơm thì gọi cho biết trước, hoặc tôi lên nấu nơi nhà nầy, nếu hôm ấy tôi rảnh rỗi. Coi như hai vợ chồng ra riêng vì công việc. Đậu úp mặt trên chân Giang Thanh rất lâu tỏ ý hàm ân, thống hối.

Bốn

- Thôi thì như thế cũng được, nhỏ chị mầy cứng cỏi, khôn ngoan thật. Người nghe chuyện thở dài, nói gắng gượng tuồng như kiệt sức sau chặng đường quá vất vả.

- Nhưng cuối cùng cũng không như mầy nghĩ đâu...

- Trời đất lại còn gì nữa đây?! Người bạn lên tiếng than như thấy ra tai họa trước mắt với chính mình.

...

Năm 1995. Tháng 11, Đậu đến nhà Nguyễn Trãi với một người Pháp đứng tuổi, tóc trắng sáng gợn sóng úp sát vào đầu quý cách, hào hoa. Anh ta sử dụng một ngôn ngữ Pháp thoại với văn phong đúng trường quy thông dụng buổi đầu thế kỷ ở những trường Pháp-Nam trên toàn cõi Đông Dương.

- Đây là người đàn bà rất xứng đáng để nhận lãnh tất cả

những ân huệ tốt đẹp nhất, và tôi là một kẻ đàn ông tồi tệ không xứng đáng với người đàn bà cao thượng nầy. Ông... Phải, chỉ chính ông mới là người định mạng đặt để bên cạnh bà ta với tất cả sự thích hợp tuyệt vời nhất. Tôi xin kính cẩn trao lại cho ông phần thưởng mà Thượng Đế luôn giành cho người có lòng tốt.

Giang Thanh không rõ hết nội dung lời của Đậu nhưng cô hiểu nghĩa của những tỉnh từ "admirable, respectable, noble..." được lặp đi lặp lại nhiều lần trong câu nói, và thái độ trang trọng của người khách khi nghe đến chữ "Dieu", đồng thời cúi xuống cầm tay cô với cách điệu phong nhã.

- Ông nói gì với ông ta tôi nghe không hết, nhưng tôi hiểu được ý chính. Vậy ông ta là ai? Muốn gì?

Đây là ông tổng thanh tra của hãng làm lốp ô-tô Michelin, ngài Paul de Lucassan sang Việt Nam để làm việc với chính phủ ta xem lại việc quản lý các đồn điền cao su, liên doanh mở nhà máy sản xuất lốp ô-tô.

- Sản xuất lốp ô-tô, lốp máy bay thì liên quan gì đến tôi?

- Có, nên tôi mới đưa lại, ông ta có coi phim "mợ" đóng mấy năm trước, vai Bà Mẹ Bất Khuất. Và ngỏ ý muốn gặp "mợ" để bàn chuyện lâu dài...

- Lâu dài là làm sao?

- Xin cưới "mợ" và đưa về Pháp!

- Ông bán tôi đấy hả?

- Không, không bao giờ, "mợ" hiểu tôi không đúng. Tôi là người trí thức xã hội chủ nghĩa, là cán bộ văn hóa nhân bản cộng sản. Bây giờ đến lượt ngài, tôi xin ra ngoài kia.

Đậu xòe bàn tay lịch thiệp, nhún nhường. Lucassan cố gắng diễn đạt với những từ ngữ giản dị nhất, hai tay đặt trên ngực thành thật, thắm thiết:

- Thưa bà, tôi đã già, năm mươi tuổi, hai lần ly dị, tôi mệt mỏi, không thích làm kẻ phiêu lưu tình ái. Tôi xin bà bàn tay...

- Quand, et comment... Giang Thanh ấp úng, cô khai triển tối đa khả năng và tỷ lệ phần máu lai Pháp di truyền trong người... Ông Đậu, ông vào đây... Ông nói hộ tôi về phần con Thanh Giang.

Đậu mau mắn chạy vào với dáng điệu hăm hở, chủ động.

- Chuyện ấy mợ khỏi lo, tôi đã nói trước với ngài Lucassan. Trước mắt mình chỉ lo đám cưới, mợ chịu phần tổ chức tiệc cưới, tôi trách nhiệm việc giấy tờ, visa để mợ theo ông ấy. Mợ đi trước, sẽ làm nghi lễ Công Giáo nơi nhà thờ họ đạo riêng của gia tộc ông ấy, xong đưa con bé qua sau...

- Đi trước là thế nào? Khi nào?

- Thứ Hai tuần tới, bây giờ là Thứ Tư, chỉ còn mấy ngày để lo bao nhiêu việc. Thứ Bảy, Chủ Nhật đám cưới, mợ mời họ hàng từ Hà Nội vào càng đông càng tốt...

- Lấy cái gì để lo đám cưới như chạy tang như thế?

- Tiền, tiền đô, Đô-la Mỹ... Đây, đây ông ấy đưa trước năm ngàn.

Đậu đếm rõ từng tờ 100 Đô-la trước mắt người chồng (tương lai) của Giang Thanh. Và Giang Thanh quả thật không thể lường ra sự việc khi Lucassan đeo vào ngón tay cô chiếc nhẫn với hạt kim cương lóng lánh nổi gồ lên. Cô không hiểu tại sao chiếc nhẫn vừa khít với ngón tay cô (vốn lớn hơn của phụ nữ Việt bình thường), nên cũng không để ý về cách xưng hô (cố tình với danh xưng "mợ") của Đậu... Tại sao nó vừa thế nhỉ... Cô băn khoăn xoay xoay chiếc nhẫn. Đậu tinh ý, có liền lời giải thích:

- Thì tôi lấy cái nhẫn mợ giả tôi năm kia làm mẫu. Để mợ hiểu tôi yêu mợ như thế nào. Chiếc nhẫn nầy đến hai mươi lăm ngàn Đô-la kia đấy, đắt nhất của tiệm kim cương nơi

IMEXCO, phố Nam Kỳ Khởi Nghĩa.

Khi người khách và Đậu đi khỏi, Giang Thanh ngồi im, lắng xuống với câu hỏi: Tại sao lão ấy tính trước tất cả thế nhỉ? Cô ngạc nhiên với thái độ gần như thụ động của mình. Nhưng khi nghĩ đến tương lai (rất cụ thể) bé Thanh Giang được ra khỏi nước du học, cô như được truyền nhận một năng lực mạnh mẽ. Điều nầy giúp cô lấy lại sáng suốt, tính thực tế hằng có. Cô nhấc máy điện thoại:

- Ông Đậu đấy hả... Tôi muốn hỏi vài điều. Đám cưới ai chủ hôn, những điều kiện pháp lý về hôn nhân như quản lý, thừa kế tài sản, của hồi môn... Đành rằng năm ngàn đô Mỹ, chiếc nhẫn hột xoàn là món tiền lớn, nhưng thân tôi, đời con tôi không thể được trả bằng những món tiền, của ấy... Còn nhà cửa, nữ trang, bé con tôi ai sẽ giám hộ ngày tôi ra khỏi nước?

Tiếng Đậu tự tin chắc nịch...

- Tôi, tôi lo tất... Tôi đã lo hết giấy tờ, hộ tịch, giấy kết hôn, điều kiện quản lý, thừa kế. Kể cả cái két sắc ở ngân hàng để mợ đăng ký gởi tài sản, giấy chủ quyền nhà cửa của mợ...

- Ai giám hộ con bé ngày tôi đi để sau nầy đưa nó qua cho tôi?

Giang Thanh hỏi dồn quyết liệt. Tiếng Đậu dứt khoát:

- Tôi, tôi biết nó chưa tới hai mươi tuổi, thế nên phải làm gấp đám cưới trước ngày sinh nhật của nó... Nó sinh ngày 28 tháng sau, 28 Tháng 12...

Bỏ ống điện thoại xuống, Giang Thanh trở lại câu hỏi: Tại sao lão ấy tính trước hết mọi chuyện như thế... Thôi, để cho con bé được sung sướng, hạnh phúc ra khỏi đất nước khốn nạn nầy. Giang Thanh đứng lên cầm chai rượu Johny Walker nhãn xanh - Thói quen từ ngày cô sống một mình. Cô nhìn lên cuốn lịch, lật đến ngày Thứ Hai, 28 tháng 11... Tuần tới mình đi ra khỏi đây... Có thật không...?!

Xuống xe lửa tốc hành từ Paris ở ga Lyon thì Giang Thanh hoàn toàn không còn ý niệm thời gian, về nước Pháp khi chiếc xe gia đình Lucassan đón cô bỏ đồng bằng đi sâu hướng núi phía Tây, bắt đầu lên ngọn đường đèo dốc ngược. Đây là nhà máy Michelin, đây là phố chính mang tên ông Montlosier, kia là nhà thờ Notre Dame de Clermont-Ferrand... Lucassan ân cần, chậm rãi giải thích, chỉ vào khối nhà lớn, ngôi thánh đường màu đen. Tất cả nhà cửa, tên của vùng nầy thuộc về núi Puy-de-Dôme. Tous sont sur des dômes... Tu sais... Lucassan thân thiết cầm tay người vợ mới cưới, hôn những ngón tay tròn đầy, cắn nhẹ lên đầu móng:

- Toi... tu es aussi un dôme... non, la rivière, xoong... xoong en montant des montagnes...

Xe ngừng trước một lâu đài xây dựa vách núi, chung quanh mênh mông trảng trống, cỏ lau cao gờn gợn uốn sóng dưới cơn gió buốt sắc của mùa đông. Lucassan chỉ về một khoảng trống nhấp nhô những khối đen.

- Đấy là nghĩa địa dòng họ De Lucassan, những người chết từ Thế Kỷ 11 bởi "croisade" - Tu sais... "La Croisade pour défendre Le Royame de Dieu..."

Giang Thanh muốn bật cười về hoàn cảnh, câu chuyện đang tiếp diễn với người đàn ông gọi là chồng. Cô không hề e ngại, sợ hãi, chỉ lạ lẫm, dửng dưng. Nếu đổi tất cả mọi thứ trên đời, kể cả thân xác cô để được ôm con trong tay một lần... Ngay bây giờ! Chắc chắn cô không chút ngần ngại từ chối.

Sau gần một tháng sống nơi xứ người, lần đầu tiên Giang Thanh có lại được sự năng động hứng khởi. Đấy là một ngày gần ngày Lễ Giáng Sinh, Ngày 22 thứ Sáu. Ngày rất lạnh, ngọn đồi đóng băng trắng xóa vào buổi sáng, chỉ chút nắng heo hút vào buổi trưa. Nhưng là một ngày vui - Vui nhất vì cô sắp được nghe tiếng con từ bên kia quê nhà, cách nửa vòng trái đất. Giang Thanh theo chồng xuống phố Clermont -

Ferrand để gọi điện thoại về bé Thanh Giang.

- Đấy là tượng Vercingétorix, tổ phụ người Gaulois. Lucassan chỉ lên một khối tượng người cỡi ngựa hùng vĩ.

- Kia là Blaise Pascal nhà khoa học, tư tưởng siêu việt của người Pháp.

Ông lộ vẻ cung kính ngưỡng mộ khi vòng qua vườn hoa nơi có bức tượng người đứng trầm tư. Nhưng tất cả đều là vật vô tri, vô nghĩa đối với Giang Thanh, bởi cô đang thấp thỏm, nôn nao trong cơn chờ đợi tưởng như sắp nhận được, chứng kiến phép lạ. Giang Thanh nén thở, hồi hộp theo dõi câu chuyện giữa Lucassan và nhân viên bưu điện khi người nầy loay hoay với cuốn sổ lớn ghi danh mục những tổng đài quốc tế.

- Impossible... Impossible... Quel est la cité de Ho.

Và cô vỡ òa niềm vui kích ngất khi nhân viên bưu điện chuyển ống điện thoại với tiếng thở hắt thành công.

- Tiens... elle voilà...

...Con hả... mẹ đây...

Giang Thanh bật khóc khi nghe tiếng nói bên kia nửa vòng trái đất.

- Mẹ...mẹ... Mẹ không được khóc... Con bình an, con chỉ cần ít tiền để đãi bạn sinh nhật con sắp tới... Mẹ yên tâm, con không sao cả... Không, con không hỏi bác ấy, con không thích gặp bác ấy... Con chỉ xin mẹ...

Giang Thanh cuống qúyt, không hiểu tình thế gì đã xẩy ra giữa con bé và Đậu.

- Con nghe mẹ, mẹ không tiếc gì với con, tất cả là của con, nhưng trước khi ra khỏi nước, mẹ đã ủy quyền cho bác ấy, bởi con chưa đến hai mươi tuổi... Vâng, vâng mẹ hiểu con sắp sửa hai-mươi tuổi. Mẹ sẽ về với con ngay sau khi xong giấy tờ bảo lãnh... Vâng, vâng, sinh nhật con mẹ gọi lại... Mẹ nhớ con... Việt Nam cách đây bảy giờ, mẹ đã biết cách gọi cho con...

- Giang Thanh lẫn lộn giữa đáp và hỏi, cô cũng không hỏi rõ tại sao con bé có bất đồng gì với Đậu. Cô mất hẳn bình tĩnh, sáng suốt khi nghĩ đến tình cảnh đứa con đơn độc nơi quê nhà - Tình thế bản thân cô phải gánh chịu từ năm thơ ấu. Cô thương con bởi nỗi đau xa cách tàn phá cô lớn hơn bất cứ tai họa nào từ trước đến nay đã gặp phải - Đáng sợ hơn, Giang Thanh cảm thấy hiện thực một lần ly biệt đoạn đành...

Những ngày Lễ Giáng Sinh đối với Giang Thanh như một cực hình, khối nặng thời gian như tảng đá không xê dịch. Cô di chuyển, cười nói, ăn uống, cổ khô rốc, tim đập váng vất, tham dự trò vui, bữa ăn với đại gia đình Lucassan theo lời dẫn của chồng như một đứa trẻ mắc chứng chậm phát triển, mắt trống rỗng vô tính nhìn người và việc diễn ra chung quanh.

Sáng Ngày 28 tháng 12, cô dậy từ lúc rạng đông, trời rét đậm, nhìn ra những tầng mây màu chì phủ mờ đỉnh núi. Giang Thanh thấy ra hình tượng những mộ huyệt. Cô không dám nghĩ tiếp. Khi cô ngỏ ý Lucassan đưa cô xuống phố, đến nhà bưu điện thì cuộc xung đột âm ỉ từ bao ngày qua nổ bùng không thể che dấu...

- Em gọi tôi là gì...

- Là chồng... Giang Thanh nhìn thẳng mắt người hỏi không e ngại,

- Vậy em là vợ tôi, người vợ tôi lấy trước mặt Chúa. Lucassan cảm thấy bị xem thường bởi cách nhìn không khoan nhượng từ người vợ mà ông nghĩ phải chịu thái độ khuất phục biết ơn.

- Tôi biết, nên tôi làm tất cả mọi việc trong nhà nầy... Không phải cái nhà mà là một lâu đài lớn, tôi nấu những món mà ông thích,

- Việc ấy của quản gia, người giúp việc, người bếp... Người vợ phải thỏa mãn ý thích (ý muốn, "le désir" - Lucassan điều chỉnh, nhấn mạnh) của người chồng. Nhưng em là một cái tủ lạnh... Không, đúng ra là một tủ đá di động. Em nhìn tôi với tất cả người gia đình tôi với đôi mắt bằng sứ. Điều nầy không phải một lần... Nhưng lập lại mỗi đêm, lễ Noel vừa qua là một bằng chứng cụ thể...

Giang Thanh cười nhạt.

- Ông hiểu tôi không thể vui với gia đình ông. Họ nói gì tôi không biết, tôi người đạo Phật, tôi không biết đọc kinh đạo Chúa. Hôm đám cưới nhà thờ, cha xứ cũng thông cảm với tôi. Còn chuyện liên hệ vợ chồng mỗi đêm, tôi không thỏa mãn ông theo cách ông yêu cầu được. Tôi là đàn bà Á Đông, tôi không biết những "kỹ thuật"... Và tôi đang nhớ con tôi. Tôi sống cũng như chết.

Giang Thanh cố gắng diễn đạt ý nghĩ với khả năng Pháp ngữ thâu nhận được sau một tháng chung sống. Nhưng do bởi là một diễn viên, đạo diễn sân khấu, phim ảnh, cô vốn có thiên bẩm thẩm âm tinh tế nên phát âm rất chính xác.

Lucassan biết không thể nói gì hơn. Ông ghìm xuống tức bực, theo cách lịch sự của người Pháp có văn hóa cao, chuyển giọng bình thường:

- Thế bây giờ "*bà*" muốn gì? Từ "bà" được nhấn mạnh tỏ vẻ cách biệt, dửng dưng...

- Ông giúp tôi xuống phố, đến nhà bưu điện. Tôi cần gọi điện thoại cho con tôi, hôm nay là sinh nhật của nó.

- Tôi chỉ có thể giúp bà vào buổi chiều, sau 4 giờ, tôi còn nhiều việc phải làm sau ngày lễ...

- Không được, buổi chiều thì đã quá khuya bên ấy, bưu điện lại đóng cửa...

- Tôi đã nói, tôi cần làm việc... Bà đừng quấy rầy tôi!

Giang Thanh quay ngoắt bước ra khỏi phòng. Cô gầm lên khi thay đôi giày cao cổ đế thấp.

- Tao đếch cần đứa nào!

Cô đi như chạy xuống chân đồi, khi đi qua cột cây số nơi bảng chỉ đường: Clermont - Ferrand, 11 Km...

- Có là một trăm mốt cây số tao cũng đi được như thường.

Giang Thanh tìm được nhân viên bưu điện giúp cô ngày hôm trước.

- Bà muốn gọi đứa bé hả... Ông Lucassan đâu rồi...

Cô nén cơn xúc động...

- Hôm nay sinh nhật con gái tôi... Tôi muốn nghe tiếng nó. Ông giúp tôi, tôi rất cám ơn... Cô nắm tay nhân viên bưu điện khẩn thiết.

Chuông reo liên tục không trả lời...

- Ông thử thêm lần nữa giúp tôi... Quái, con bé đi đâu?! Giang Thanh thất sắc.

Nhân viên bưu điện bối rối, tuyệt vọng...

- Đây, đây ông giúp tôi gọi số nầy, cũng ở cité Ho... Đằng giây bên kia Việt Nam có tiếng Đậu... Tiếng từ địa ngục. Âm của quỷ...

- Bé nó đi rồi! Hả? Đi đâu... Con bé đâu!...

Giang Thanh buông ống điện thoại, ngã sấp người trên đất.

Một năm sau, Giang Thanh phục hồi trí nhớ, ly dị Lucassan, về ở hẳn Việt Nam. Cô nhớ lại yếu tố mật mã, mở được két sắt ngân hàng, nhưng tất cả nữ trang, hồ sơ địa bạ căn nhà đường Nguyễn Trãi đã bị lấy mất. Cô cũng biết chi tiết, đêm sinh nhật bé Thanh Giang đàn mèo ở nhà kêu thảm thiết. Và hàng xóm ngõ 222 Nguyễn Trãi thấy bé đi ra khỏi nhà từ chiều tối với áo quần đẹp, nét mặt tinh anh rạng rỡ như thiên thần. Bé khoe với người gặp trong xóm... Cháu qua nhà Bác Đ... để lấy tiền mẹ gởi làm sinh nhật đãi bạn. Bé không về từ đêm ấy.

Thế thì cái lão ấy sau nầy thế nào... Người nghe chuyện không muốn gọi tên "Đ..."

Năm năm sau, cũng Tháng 12, cuối năm 2000, hắn ngã chết khi đi chơi Hồ Suối Vàng, Đà Lạt. Từ đồi cao ngã quay lông lốc xuống hồ. Chết mặt úp xuống nước, bầm tím như bị bóp cổ!

Hai người bạn im lặng khi xe vào Chợ ABC, Thành Phố Westminster...

- Bây giờ mầy muốn tao đưa đi ăn cái gì không?

- Không, tao gọi con tao ra đón, ăn làm sao nổi!

Người, việc, chuyện năm xưa...
Nơi Hà Nội-Đà Lạt-Sài gòn, Việt Nam (1954-1975...)
Viết lại, Tháng 12, 2007 ở Mỹ.
Với Th.Vn

Bảy.
Trên mặt trận im lặng...

Dẫn Nhập

28/1/1973.

Để mở đầu cho tập bi ký chính trị *Tù Binh & Hòa Bình*, tôi lấy ngày tháng nầy để làm dấu - Ngày Hòa Bình - Một thứ hòa bình quái dị, đắng như thuốc mà quê hương trong cơn thập tử phải uống vào. Nhân Dân Tự Vệ đi đập cửa từng nhà hối thúc gia chủ treo cờ, Tổng Thống Thiệu đọc trên TiVi gởi đến toàn dân thông điệp lịch sử - Thông điệp báo tin một hòa bình đe dọa. Thông điệp gồm những ngôn từ nóng, những thành ngữ giản dị đầy hình ảnh, thông điệp dồn dập không thể có được ở cấp nguyên thủ của bất cứ quốc gia nào. Quê hương Việt Nam đón nhận hòa bình trong trạng thái buốt sống lưng.

Tôi đi trong Sài Gòn ngày 28 tháng 1, 1973 với cảm giác xôn xao kỳ lạ. Tháng năm chinh chiến quá dài biến đổi chiến tranh nên thành một hiện tượng hằng có, thường trực; dứt ra, ngỡ ngàng như ra khỏi vùng quen thuộc. Sự quen thuộc khốn nạn. Vẫn còn được an ủi lớn - Chưa có trận đánh quy mô cấp tiểu đoàn trở lên!! Sự an ủi tội nghiệp như hơi thở hồi dương của xác thân đã chết phần chân tay.

Nhưng "hòa bình" hình như được ráp nối dần. Những phái

đoàn Nam Dương, Gia Nã Đại trong Ủy Hội Quốc Tế kiểm soát đình chiến đến Sài Gòn, những người mặc áo đại cán may bằng vải kaki Nam Định đã có mặt tại Tân Sơn Nhất. Những cán bộ cộng sản từ Hà Nội, Ba Lê, mật khu lần đầu tiên tập trung tại trên đất quốc gia. Cuộc họp lịch sử khai diễn. Tổ quốc bước qua một chặng đường mới. Con đường dài dầy đặc hỏa mù dậy lên ào ạt như khói súng của những trận đánh trên bốn quân khu. Hòa bình đến với những người chết ngỡ ngàng không nhắm mắt.

Một

... Mở cửa căn phòng, hơi lạnh tỏa ra dễ chịu. Tường gỗ đánh véc-ni nâu, sàn lót thảm, bàn nỉ xanh, vẻ yên tĩnh trang trọng của nơi tiện nghi theo lối Mỹ, trăm phần trăm Mỹ với không khí thơm thơm sạch sẽ của toàn khối vật chất được khử trùng lọc sạch. Trong căn phòng nhỏ đẹp gọn ghê trơn láng nầy, vấn đề gai góc nhất của hiệp định ngưng bắn - Ba mươi ngàn tù binh của hai bên và năm trăm sáu mươi mốt tù binh Mỹ sẽ được giải quyết, trả giá và cân nhắc từng trăm, từng chục, hoặc từng người tùy theo nhiệp độ khí hậu của bốn bên. Con người chỉ còn lại là một con số trống. Tù binh, giờ nầy anh nghĩ gì?

Phiên họp bắt đầu, Đại Tá Đắt, đại tá của những đại tá, thâm niên cấp bậc mười lăm năm, con người quen thuộc với tù binh và nhà giam từ những ngày cách đây hai mươi năm, một chuyên viên của tù, không thể ai hơn ông trong chức vụ nầy. Thứ tự phát biểu xoay theo chiều kim đồng hồ VNCH, Mỹ, Mặt Trận Giải Phóng và Bắc Việt... Lý luận trao đổi qua những chữ nghĩa trầm lắng, kiểm soát và ngăn chặn. Lý luận không theo cùng hệ thống, không phải là câu trả lời những câu hỏi, nhưng tùy theo chiến pháp của hai bên. Việt Nam Cộng Hòa thông báo số tù binh được dự trù trao trả trong ngày.

Nhưng vì đến giờ họp, vẫn không thực hiện được vì người của Mặt Trận ở Thạch Hãn, Quảng Trị không chịu qua sông nhận tù và tù binh cộng sản ở Biên Hòa không chịu lên máy bay đi Lộc Ninh. Đại Tá Russell của Mỹ nêu vấn đề Mặt Trận không trả tù Mỹ ở Lộc Ninh đúng như đã hẹn. Những vấn đề đặt ra rõ ràng gọn như một miếng bánh nhỏ. Tôi chờ đợi câu trả lời của hai phe cộng sản. Nhưng buổi họp đã lộ dần tính chất chạy trốn, sự tránh né lộ liễu buồn cười. Đại Tá Lê Trực, trưởng đoàn Mặt Trận xoay quanh vấn đề danh sách tù binh dân sự và Trung Tá Tấn, trưởng đoàn Bắc Việt thông báo nhà nước Hà Nội thả thêm một trung tá phi công Mỹ sáng nay ở Gia Lâm vì lý do nhân đạo: Mẹ ông ta bệnh nặng!

Các câu trả lời cho những câu hỏi trực tiếp không có trong suốt phiên họp. Tôi lắng tai nghe, tay ghi và tinh thần giãn ra trong một niềm lạnh nhạt thú vị... À ra "chiến pháp" tân kỳ của cộng sản là thế - Không bao giờ trả lời một vấn đề trực tiếp, cứ xoay vòng một cách vô tích sự, càng lâu càng tốt, càng xa càng tốt, sự rõ ràng phải được bao bọc dưới lớp màn mù mờ khó khăn. Khó khăn hóa, mơ hồ hóa mọi vấn đề do đối phương đưa ra, dù chỉ là những vấn đề kỹ thuật, thủ tục, của trọng tâm lớn.

Trịnh trọng như những công chức già, xoay xở như một anh đánh bạc thiện nghệ, người cộng sản kéo dài phiên họp trong một rã rời cố ý và đúng hệ thống. Hội nghị Ba Lê kéo dài trong bốn năm hay bốn mươi năm cũng có thể được với những chuyên viên hội họp này. Họ tránh né và lật đổi vấn đề một cách sỗ sàng bằng những giọng nói nghiêm trọng bất chấp sự hiện thực không thể chối bỏ được. Buổi họp, sự lạnh nhạt vô liêm sĩ đứng đắn kéo dài trong vô ích. Bốn giờ đi qua không vấp váp.

À, ra thế là cộng sản, cộng sản chính cống, hạng A, loại cán bộ nòng cốt hy vọng trở thành Ủy viên trung ương trong tương lai, Lê Trực, Bí thư của Tướng Trà, Bộ trưởng Quốc phòng của "Chính phủ" lâm thời chỉ là một "chuyên viên" đi đủ qua ba đề mục: Bổ túc danh sách tù quân sự, nêu con số 140 tù dân sự của VNCH, và đòi hỏi VNCH thêm vào con số bảy ngàn vì còn hằng vạn người nữa! Ba đề mục được Trực kéo đi kéo lại trong bốn tiếng đồng hồ không mệt mỏi, bất chấp câu hỏi của Đại Tá Đắt: Tại sao quí vị không trả tù chúng tôi đúng 8 giờ 30 ở Lộc Ninh như đã hứa? Mặc cho các câu hỏi rọi rõ như ánh mặt trời hắt vào mặt, Trực qua lại ung dung giữa ba vấn đề của mình như con cá vùng vẫy trong chiếc hồ bơi riêng rẽ. Bắc Thạch Hãn, nơi thuộc về Bắc quân, làm sao Trực có thể cho và nhận chỉ thị trực tiếp?! Tội nghiệp cho vẻ kiêu hãnh ốm yếu của Trực sau khi lập lại một đề tài tránh xa sự thật... Trực đã ở Ba Lê trong bao lâu?

Tôi ngồi đối diện với cộng sản, nghe những trả lời trống, những lý luận trơn, nghe những hằn học đóng kịch và dễ dãi vô duyên. Thấy rõ toàn bộ cấu tạo và chiến pháp của cán bộ cao cấp đối phương - Một đối phương quá nhiều huyền thoại và huyễn hoặc. Thấy rõ người để xét lại mình. Không tự tôn cũng chẳng nên tự ti. Tôi kết luận. Đấy chỉ là những chuyên viên bình thường ở âm tượng ngôn ngữ, ở khí phách tia nhìn... Chỉ là những chuyên viên bàn giấy học thuộc bài, nhớ thuộc vở, biết nghe lời thượng cấp, theo đúng chỉ thị, làm việc bằng trí nhớ được tập luyện hơn phản ứng sôi nổi linh động của tâm lý.

Đó là một đội cầu gồm nhiều cầu thủ trung bình, chuyên lối chơi cộng đồng, không có quyền nẩy nở phản ứng cá nhân. Toàn thể đặc tính của cán bộ cộng sản có thể thâu tóm một cách tổng quát, không sợ sai lầm. Chiến tranh, hòa bình đã được thực hiện và điều hành bởi lớp cán bộ cao cấp này. Những người vâng lời cứng ngắc, quyết chí như một mũi tên hụt hơi, những người nhìn lịch sử bi thương của dân tộc qua những sự kiện được đánh số và phân loại.

Tôi đã đối diện với đối thủ tàn ác thô bạo ở chiến trường,

nay lại gặp phải một đối phương cố chấp qua chiếc bàn rộng lót nỉ màu xanh. Sự tàn ác thô thiển nơi chiến địa hay cứng cỏi cực đoan trong căn phòng có chung một tính chất - Tính chất tổng quát của những phản ứng, được hệ thống hóa sau thời gian dài định lượng và kiểm chứng. Tôi không gặp được Người trên hai chiến trận, đây chỉ là những cán bộ tốt biết vâng lời và che dấu tình cảm riêng tư tuyệt đối. Cảm giác lãng đãng kết tụ dần như hơi khói thuốc, không tan được trong căn phòng kín cửa. Có một điều đau đớn chập chờn ám ảnh dần lộ mặt - Chiến tranh đã xảy ra thật hợp lý - Người cộng sản quả tình chỉ sống được trong thế giới cường bạo và chấn động. Căn phòng rì rầm máy lạnh bỗng chốc mang vẻ đe dọa như cơn im lặng của trái phá sau khi bay ra khỏi nòng.

Hai.

Đột nhiên thấy được cả một chuỗi ngày thơ ấu trải dài trước mặt như khi mở cuốn Album nhìn lại hình ảnh của ngày qua. Bên tay phải, hơi chéo về trước mặt, Trung Tá Tuấn Anh của phái đoàn Bắc Việt đặt lên trên chiếc thảm xanh cây viết nâu, có những sọc ngang vàng đục. À, viết Kaolo. Lâu lắm, hai mươi năm đi qua, ngày vừa đỗ tiểu học, món quà đắt giá nhất có được lần đầu. Cây viết Kaolo. Cây viết nặng và lớn so với bàn tay nhỏ bé, tôi cẩn thận vặn khẽ từng vòng phần cuối của cây viết, ngòi bút thủy tinh hình tháp có những vòng xoắn ốc từ từ ló ra khỏi ổ bút. Lũ trẻ chung quanh trầm trồ...

Cây viết giá ba mươi lăm đồng, viết mấy cũng không "rè", viết chiều nào cũng được. Tôi hân hoan vặn ngược lại, ngòi bút rút dần vào ổ. Hai mươi năm, xã hội qua muôn ngàn biến đổi. Đứa bé chưa bao giờ uống nước đá bào ngày nào đã lớn, lớn để chứng kiến những đảo lộn đến chót cùng kinh ngạc, những biến đổi ngược ngạo, chớp nhoáng bừng bừng lạ lùng xảy ra hằng ngày qua, theo năm tới. Biến dạng ở tâm linh và thế giới chung quanh. Biến đổi hệ thống lý luận và cách nhìn. Biến đổi từng mẩu ý nghĩ, từng cái chắc lưỡi khẽ rung để che dấu niềm kinh ngạc sững sờ.

Năm 1950 ông Nixon phản đối chính sách hòa hoãn với Trung Cộng của Ngoại Trưởng Dean Acheson. Năm 1972 con người đối nghịch với cộng sản đó khẽ sửa lại vạt áo Chu n Lai, hành động vượt xa lịch sự ngoại giao. Những năm 50, chiếc xe đạp bánh đặc vẫn được xem là dấu hiệu của sung túc giàu có. Năm 1972 ở Sài Gòn xe gắn máy Sachs hoặc Solex đã được xem như vật cũ kỹ hết xài, xe hơi Ford Mustang chỉ là phương tiện di chuyển đắt giá bình thường. Đức Quốc Trưởng Bảo Đại năm xưa nay chỉ còn là một ông già hết thời, dù báo Figaro mở chiến dịch thăm dò và báo Sài Gòn yểm trợ. Ở Việt Nam, nơi hai mươi năm chiến tranh đảo lộn hết toàn thể giá trị tinh thần và đời sống. Người Việt Nam, giống dân chai lỳ chịu đựng nhất của nhân loại.

Nhưng người cộng sản ở miền Bắc "hình như" không thay đổi. Y phục, hệ thống tổ chức, phương cách chuyển đạt ý nghĩ, lý luận, hút điếu thuốc, thở khói, để tay lên bàn, sửa cái kính... Tất cả đều có vẻ chung chung, quen quen hình như đã gặp, đã nghe, đã thấy. Năm 1950, tại chiến khu bên tả ngạn sông Hương nay thuộc vùng A Shau, tôi hỏi một đồng chí tên là "Chú Nhân": Sao súng chú quá lớn? Đáp ngay: "Súng chú dùng để bắn Tây! Phản ứng đối đáp nhanh chóng đúng "tinh thần kháng chiến" này sao quá giống với câu trả lời ở phi trường Lộc Ninh, khi được hỏi vì sao ống quần quá rộng.

Đáp: "Để dễ tác chiến chống Mỹ-Ngụy!" Hai mươi năm hơn đi qua đã không thay đổi gì ở trong những đầu óc đó. Vẫn chỉ là kháng chiến, chống lũ bán nước, đấu tranh công nông, cộng sản đại đồng, hỗn độn va chạm khô cứng vào nhau dưới một đầu tóc rẽ ngôi giữa, hai bên hớt cao trắng phếu. Trung Tá Tuấn Anh, người có khuôn mặt lặng lẽ, trí thức nhất của phái đoàn Bắc Việt, tuy có một nụ cười tươi, nhưng nụ cười đó hình như có tính toán, có sửa soạn. Nụ cười được định lượng dè chừng chợt tắt ngay, nếu phải nghe một lời vượt ra khỏi hệ thống:

"Trung Tá có nghĩ rằng Đông Dương sẽ trở thành một vùng Balkan nhưng tiến bộ và tự do hơn không?" Những lần tắt nụ cười đó thường làm người tiếp chuyện ngạc nhiên, nhưng khi nhìn thấy cây viết Kaolo được cẩn mật để trên bàn, ngòi bút đi ra chậm chậm nghiêm trọng thì lòng tôi chợt hiểu: "Hai mươi năm hơn đi qua không có thay đổi trên miền Bắc có nhiều hệ thống nghiêm cẩn không suy suyển đó! Một trăm ba mươi tám trang cuốn Chiến Tranh Nhân Dân và Quân đội Nhân Dân của Võ Nguyên Giáp (Nhà xuất bản Sự Thật À 1959) rặt một thứ lý luận thô thiển đến hàm hồ. Đảng của Giáp năm 1930 là gì? Hãy đọc lại nguyên tên: Đảng Cộng Sản Đông Dương. Tiếp tục bước chót của lý luận: Nhân dân tức là toàn thể đảng viên Cộng sản".

Tôi đã đi trên đường vào An Lộc trong Tháng Sáu; đã theo Nhảy Dù vào Quảng Trị cuối tháng Bảy, năm 1972. Đi dọc Quốc Lộ 13, dọc Quốc Lộ 1, trên những đoạn đường chết với câu hỏi vang dội: Sao người cộng sản có thể tàn ác tỉnh táo đến độ này? Tại sao họ có thể xuống tay tận diệt những người dân vô tội không chút e dè như thế này? Nhưng bây giờ thì tôi có thể hiểu: Hóa ra người cộng sản đã hướng dẫn hành động theo sát với tất cả những giáo điều đã xâm nhập vào từng hơi thở, ý nghĩ của họ. Họ đã được học thuộc và làm đúng theo điều nhận được:

Cuộc đấu tranh vũ trang để thực hiện Chủ nghĩa xã hội do quân đội nhân dân đảm trách. Nó chiến đấu cho quyền lợi của nhân dân lao động cách mạng, được ủng hộ của nhân dân Liên Xô, của nhân dân tiến bộ yêu chuộng hòa bình trên thế giới!... Vậy, "nhân dân miền Nam", những nhân dân không cách mạng, không giác ngộ, không ủng hộ cho cuộc chiến đấu kia ắt hẳn được xếp vào loại nhân dân địch, nhân dân "ngụy", loại nhân dân cần phải... Tiêu diệt! Mậu Thân, 1968 ở Huế; Tháng Tư ở Quảng Trị, tháng Sáu năm 1972 trên Đường 13 hướng An Lộc-Chơn Thành, dù là người lính chiến thuần túy đã đi trong lòng cái chết qua thời gian đằng đẵng cũng đã không hiểu nổi tâm trạng đối phương hằng vang dội trong lòng mãi mãi câu hỏi trên?

Nhưng hôm nay trong căn phòng kín cửa, nhìn cây viết cũ kỹ trên tấm nỉ xanh lòng chợt khám phá ra nguyên lý của hệ thống giết người... Kinh khiếp thật, người cộng sản đã giết người qua định nghĩa. Giết người theo khẩu hiệu. Định nghĩa cấu tạo từ "mùa thu cách mạng, Tháng/1945"; khẩu hiệu được "hệ thống hóa" thêm bởi mười-chín năm trời trong "chủ nghĩa xã hội (1954-1973)". Như một lá cờ máu đỏ nhàu nát được mang ra làm chỉ đạo cho cuộc tàn sát tận tình.

Những viên sĩ quan cộng sản KHÔNG làm sao bắt kịp được thế giới, hiểu kịp được tâm tư của người dân miền Nam, khi trên tay vẫn còn nâng niu hoài cây viết cũ, đầu óc đặc kịt những lý luận "sắc bén" của đồng chí Đại Tướng, một ông giáo sử địa của những năm 1930, soạn thảo phương châm chỉ đạo chiến tranh bằng những luận cứ hồ đồ: "Cuộc vũ trang đấu tranh của nhân dân Việt Nam thành công trước tiên chính là nhờ sự thắng trận của Hồng quân Liên Xô đối với Phát-xít Đức, Nhật (1945)".

Luận cứ đã viết thành lời, đã đại chúng hóa bằng những tờ ronéo nhem nhuốc, phổ biến đến mỗi cán bộ xã ấp, mỗi chiến sĩ với đầu óc bít kín như những viên gạch được xếp đầy đặn chờ hơi nóng nung đốt, để hôm nay, 1973, ở Lộc Ninh, ở Thạch Hãn đâu đâu cũng chỉ nghe: Chủ nghĩa Mác, Lê-Nin dạy chúng ta rằng chiến tranh, nhà nước, quân đội cách mạng đặt cơ sở trên các giai cấp xã hội đối nghịch và sẽ không còn nữa khi xã hội loài người không còn chia thành giai cấp đối nghịch, nghĩa là khi chủ nghĩa Cộng sản đã thắng khắp thế giới!

Chủ nghĩa Mác-Lê-Nin, Cách Mạng Tháng Mười hình như chỉ còn là tài liệu nghiên cứu cho một giai đoạn lịch sử đã đi qua (Sụp đổ Liên Bang Sô Viết, khối Cộng Sản Đông u, 1990-1991). Nhưng "Trung Tá" Năm Tích, "Tư Lệnh" phi trường Lộc Ninh, gã nông phu phụ bạc ruộng đồng đã hân hoan cùng "quân hàm tương đương", cứ lập đi lập lại hoài bài học nầy. Phải chăng trong đầu óc đặc cứng của người gọi là "trung tá Năm Tích", chủ nghĩa xã hội đã được thực hiện toàn hảo, cụ thể trên quân hàm mà ông ta suốt đời không bao giờ có ý niệm?!

Sàigòn-Lộc Ninh-Thạch Hãn,
Tháng 2-3/1973

Tám.
Từ vũng lửa, Giữa sự Chết.

Không! Không được chôn vùi quá khứ!
Bởi anh sẽ mất luôn cả đôi mắt!
Solzhenitsyn
(1918-2008)

Dẫn Nhập

Trong trận chiến đối với người và chế độ gọi là cộng sản ở Việt Nam, người Việt ở đội ngũ quốc gia chịu một lần hai sức công phá: Thứ nhất, phía kẻ thù (như một lẽ đương nhiên); và oan nghiệt thay, phía thứ hai lại xuất phát từ những người cùng chung mục tiêu hành động, cũng là những người hứng chịu chung một lần đòn thù không khoan nhượng từ phía đối thủ ấy.

Và cũng cần nói thêm rằng, sức tấn công từ, của phía bạn hữu nầy, nếu không hơn thì cũng chẳng kém cường lực tai hại như của đối phương cộng sản; có khác chăng, người ta "chưa" (chứ không phải là không) áp dụng biện pháp thanh toán cuối cùng với anh em mình bằng cái chết. Nói như thế quả thật cũng đủ đắng cay để bày ra một điều thực tế không thể phủ nhận: Thành phần gọi là "Người Quốc Gia" hoá ra là "đối tượng" trước tiên chịu phần bách hại, là nạn nhân hàng đầu của, từ anh em mình - Chứ không phải là phía kẻ nghịch Và hệ quả ngang trái đã xẩy ra: Đối phương cộng sản là kẻ "thụ hưởng lời nhất".

Nhưng có những Con Người không khoan nhượng - Người luôn đứng vững trước mọi hướng tấn công - Cho dù sức tấn công hiểm độc, ác liệt nhất, của cả thù lẫn bạn với một nghị lực chịu đựng tưởng như sức siêu nhân - Bởi một lý do rất giản dị, mạnh mẽ quyết định: Họ đã đứng dậy từ vũng Lửa. Đi lên từ Cái Chết. Thế kỷ vừa qua chỉ cho chúng ta một vài cá nhân xuất chúng, nhưng cũng đủ để xác chứng giá trị tiên tri của Bình Ngô Đại Cáo: "Như Nước Việt ta! Hào Kiệt thời nào cũng có!"

Phải, Đất Nam không hề thiếu gương dũng khí, hành vi lẫm liệt, nhưng vận nước cứ mãi lầm than bởi một điều bi thảm luôn hiện thực: Kẻ Sĩ là nạn nhân đầu tiên của tất cả những lực lượng tương tranh tàn hại. Kẻ Sĩ Việt Nam cao qúy và bi thảm hơn - Họ tham dự trận quyết đấu với tấm lòng sắc son với Nước - Đấu tranh vì Dân, và chính là kẻ bị bách hại đầu tiên của bất cứ chế độ cầm quyền, tổ chức bạo lực hằng dựng nên trên nước đất nước Việt Nam.

Nguyễn Thái Học, Nhượng Tống, Khái Hưng, Lý Đông A, Trương Tử Anh, Phan Văn Hùm, Tạ Thu Thâu, Trần Văn Thạch, Hồ Văn Ngà, Huỳnh Phú Sổ, Phan Khôi, Nguyễn Hữu Đang, Nhất Linh, Trần Văn Tuyên, Nguyễn Mạnh Côn... Danh sách kể ra sẽ rất dài theo cùng vận nước điêu linh của toàn dân tộc. Nhưng có một vài người hiếm hoi đã tồn tại và giữ vững thế chiến đấu - Những người vượt thắng Cái Chết. Nguyễn Chí Thiện là một trong số người qúy hiếm kỳ vĩ trên.

Người với Tấm Lòng thắm thiết từng nỗi khổ đau của mỗi phận người trên quê hương khổ nạn ở Việt Nam. Trước tiên nơi Miền Bắc Việt Nam, dưới chế độ cộng sản từ 1945, 54, 60... Và lần thất bại toàn diện cuối cuộc 30 Tháng Tư, 1975, chung cho cả nước. Bởi: Im lặng có nghĩa đồng lõa với Sự Ác. Chúng ta phải phá vỡ khối im lặng trì trợm đáng nguyền rữa. Im lặng phải bị lên án.

Một.
Sống từ cảnh Chết

Ngày 25 tháng 4, năm 1983, Trại 5 Lam Sơn Thanh Hóa, Bắc Việt Nam. Anh nhận ra cơn lạnh dâng lên từng chập trong thân thể. Lạnh của khiếp sợ. Lạnh của sự chết. Lạnh do con người biết mình đang dần chết với cơ thể còn hiện sống. Anh đưa tay cào cào lên mặt cửa gỗ phòng giam... Thật sự anh cố lung lay tấm cửa, nhưng bởi đã quá kiệt sức nên đầu ngón tay chỉ sờ sẫm loay hoay trên mặt gỗ sần sùi... Có ai nghe tôi không...

Có ai nghe tôi không?! Anh muốn hét lớn, nhưng chỉ phát ra những tiếng rên rỉ ư ư trong cuống họng qua hàm răng, dẫu cố nghiến chặt vẫn tự động đập vào nhau do cơn lạnh tê buốt mỗi lúc một mãnh liệt dâng ngập trong thân. Đầu anh lại nóng hầm hầm như đang chịu cơn sốt cao độ! Có ai nghe tôi không... Có ai nghe tôi không?! Anh lập lại lời van xin, mắt trừng trừng vào vũng tối hình như dày đặc, và sắc lạnh hơn. Tiếng ư ư dần tắt nghẹn bởi cổ họng khô rốc, đóng cứng... Bên ngoài hai bức tường đá trước cửa khu kiên giam có tiếng lao xao của những bạn tù người Lính Miền Nam... Đi nghe, "cà phê phượng"... Đi hết nghe, "cà phê phượng".

Giọng nói nặng âm sắc vùng Quảng Nam của Phan Văn Giới (mà anh hiểu cố ý để cho anh nghe, biết ra được, qua cách lập lại biệt danh "cà phê phượng" trước ngày vào kiên giam (7 Tháng 9, 1981) mà các bạn đã đặt cho anh). Và âm động rầm rập của toán đông người leo lên xe... Đoàn xe mở máy, động cơ nhỏ dần, nhỏ dần... Nhiều người đồng loạt la lớn... Chào, chào nghe... Tụi tôi đi nghe anh ơi!! Anh bấu sấp người lên tấm cửa, cổ chân bị cùm kéo căng từ bệ nằm không gây nên cảm giác đau đớn. Anh cũng không biết mình đã bật khóc sau khi gào lên tiếng ngắn tội nghiệp... Trời ơi!

Không biết bây giờ là mấy giờ, và anh đã quỳ, nằm theo vị thế một chân kéo dài, một chân quỳ trên đất như thế đã bao lâu. Có tiếng kẹt cửa từ buồng giam đối diện, và ngón tay gõ gõ lên tấm cửa gỗ bọc tôn làm dấu hiệu... "Chú, chú gì đấy... Chú "zét"[3] gì đấy, chú có nghe gì không?" Anh lắng nghe, nhưng không thể trả lời. Người ở buồng đối diện lại đập mạnh cửa... "Nầy, chú, chú gì đấy... chú "zét" gì đấy... Người ta đi rồi đấy, có nghe ra không?" Anh gắng gượng phều phào hỏi nhỏ: "Họ đi thật rồi à!"

-Chứ còn gì nữa, ban nãy cháu ra "làm việc", có đi ngang các chú ấy, họ đang lên xe, biết cháu ở trong nầy, có người nhắn cháu gởi lời chào chú,

- Anh biết họ đi đâu không?

- Thì vào Nam chứ còn gì nữa!

- Biết đâu họ chuyển trại đi vòng vòng đâu đây? Anh cố gắng, gượng tự cứu, bám vào một hy vọng đã tắt hẳn.

... Xì, làm gì có chuyện ấy, người nào cũng lãnh lương khô để đi hai ngày tàu hỏa, mỗi người một gói thuốc lào An Thái, mười điếu Tam Đảo. Chuyển trại vào Nam mới có tiêu chuẩn ấy chứ.

- Như thế chỉ còn một mình tôi ở đây hở? Anh phân bua thảm thiết, cùng đường.

---

[3] "Z": Gọi tắt chữ "Việt gian - Z", để chỉ tập thể tù người Nam bị đưa ra bắc sau 1975.

- Thì hẳn thế chứ còn gì nữa, hỏi "thối" vừa vừa chứ. Nhưng nầy, chú bị vụ việc gì mà khó thế? Giọng bỡn cợt, bất cần.

Không để ý lời của kẻ bên kia khung cửa, anh chuyển câu chuyện qua tình huống khác...

- Anh có thấy ai bị kiên giam tương tự như tôi không?

- Ối, ngoài Hỏa Lò, mấy trại trên phía Bắc khối người ấy, cứ hết hạn nầy đến hạn khác, ba bốn cái *"tập trung"* suốt!

Anh bám vào mối an ủi khốn cùng: Nhưng đó chỉ là diện hình sự như của các anh chứ gì?

- Hình sự chúng cháu thì nói làm gì, cứ xong "trường"[4] là lên trại, hết Trại 1 Phố Lu, đến Trại 3 Nghệ Tĩnh, rồi Trại Ngọc, Trại Phong Quang, nay "quân ta" lại về trại 5 Lam Sơn nầy. Hết ở trại, ra ngoài được vài tháng, gây thêm vụ việc, xong lại vào năm, thì... "Đời ta vẫn đẹp sao. Tình yêu vẫn đẹp sao... Dù cùm đeo có nặng thế nào!"[5] Người nầy đổi giọng nghiêm trọng: "Ý là cháu nói các ông chính trị đấy chứ. Có ông ở Hỏa Lò chuyển lên Trại Phong Quang mấy năm trước, khi cháu còn ở đấy. Cái ông gì gì chỉ vì "tội làm thơ" mà bị tập trung mấy mươi năm, lại cả gan ném tập thơ vào đại sứ quán nước ngoài nữa đấy!"

Xoay vòng chân cùm ở vị thế chữ U úp xuống, anh quỳ hai gối lên bệ nằm, đầu gục xuống ngực, nói ra lời: "Lạy Chúa Thánh Thần xin gìn giữ, giúp sức qua khổ nạn. Xin cầu cho "người anh em không quen biết". Xin cầu cho "Người Làm Thơ" không biết tên, cho tất cả những ai cùng khốn, đau thương." Lòng anh dần dâng ngập mối an ủi ấm áp: "Có người khổ hơn mình. Những đồng bào Miền Bắc đã chịu rất lâu tai họa cộng sản, những người vượt sống giữa vũng lửa,

---

4 Trường: *"Trường Vừa Học-Vừa Làm"* - Trại giam thanh-thiếu niên nam, nữ (vị thành niên) do công an quản lý *"giáo dục"*- Xong *"Trường"*, tiếp lên *"Trại (Tù)"*.
5 *Nhại theo một bài hát tuyên truyền của Miền Bắc trước 1975.*

sự chết, chịu đựng bền bỉ mối sĩ nhục vô lường của chế độ mất nhân tính gớm ghê nầy – Từ, với Người Viết Thơ – Cách thế chiến đấu quyết liệt để tồn tại trong cảnh chết. Với Chữ."

Hai.
Sau lần thanh toán (xong) Thượng Đế!

Trong thời gian dài lâu, từ thập niên 60, lúc tuổi đời chưa tới ba-mươi, khi bắt đầu xử dụng chữ viết, anh đã nhiều lần lập lại với riêng bản thân: "Sau khi đã ngang ngược thanh toán Thượng Đế không thương tiếc thì con người có còn không lương năng, tri giác đích thực? Có còn không "Tính Trung trực" của người trí thức? Có còn không bản lĩnh Kẻ Sĩ- Người Dụng Văn. Giới sáng tạo chữ nghĩa?" Mỗi khi anh chứng kiến, nghe, đọc về những điều ác độc mặc nhiên được thực hiện, xem trọng, đề cao; bọn bạo ngược trân tráo đoạt thắng, và người hiền lương vô tội, kẻ trung chính bị ngược đãi, bức bách, mà trong rất nhiều trường hợp phải chịu nạn thảm sát thương tâm: C.V. Gheorghiu, Arthur Koestler, Elie Wiesel... trước Thế Chiến Hai (1939-1945) ở Châu Âu.

Sau năm 1945, chiến tranh thế giới chấm dứt, nhưng bi kịch về thân phận kẻ sĩ, người trí thức, lẫn quần chúng vô tội (bị lôi kéo vào vòng tranh chấp, củng cố quyền lực, của những kẻ cầm quyền tham tàn, bạo ngược, và mặc nhiên biến thành đối tượng bị bức hại chính trị), vẫn không dấu hiệu thay đổi, cải tiến, nếu không nói còn bị đày đọa tàn tệ hơn. Danh sách nạn nhân dài như nỗi khổ của con người trần thế. Vụ thanh trừng nhóm Nhân Văn-Giai Phẩm ở Hà Nội, Miền Bắc Việt Nam sau 1954 kéo dài đến tận hôm nay sau gần nửa thế kỷ với những đối tượng khác, hình thức khác đối với cả nước (sau lần sụp đổ Miền Nam 1975).

Nơi Trung Hoa cộng sản, với chiến thắng lớn 1949, gồm thâu lục địa, Mao Trạch Đông đặt mình cao hơn Hán Lưu

Bang, Tần Thủy Hoàng. Năm 1958, Mao thực hiện sáng tạo "Đại Nhảy Vọt" với kế sách "Người người làm gang, thép. Nhà nhà làm gang, thép", để cuối cùng có được "thành quả: 20 (hoặc 30 hay nhiều hơn) chục triệu người chết đói từ 1959 đến 1962". Nhưng, Mao bình tĩnh nhận định: "Karl Marx, Lenin, Khổng Tử còn có khi sai lầm. Ta cũng vậy."

Và tại Liên-sô, ngọn cờ đầu của phong trào vô sản thế giới ắt không để chịu thua sút, mà riêng với Stalin sau khi nằm xuống (1953), bản báo mật của Khruschev đọc tại đại hội đảng lần thứ 20, năm 1956 đã nêu ra con số: "Hai mươi triệu người chết trong 29 năm cầm quyền của một cá nhân được gọi là "người cha không những chỉ riêng của các dân tộc thuộc liên bang Sô-Viết, mà còn là ánh sáng soi đường chung cho toàn phong trào vô sản thế giới." Tố Hữu, đệ nhất "văn công" ở Việt Nam, phóng tiếp "thi tài" xa đến nước Nga, với đối tượng Stalin, mà nếu y ta có nghe ra hẳn cũng phải đỏ mặt vì ngượng.

Năm 1950, Tố Hữu viết: "Hoan hô Stalin. Đời đời cây đại thọ. Rợp bóng mát hòa bình. Đứng đầu ngọn sóng gió! Những giòng chữ vô sĩ nầy không chỉ sản phẩm của riêng Tố Hữu, và băng đảng gồm những kẻ cầm quyền cộng sản ở Hà Nội. Y ta không gào một mình. Những chữ nghĩa hèn hạ nầy được phụ họa nhiệt tâm của đông đảo đảng viên các cấp, và tập đoàn gọi là "văn nghệ sĩ kháng chiến", gây tác dụng sâu xa đến nhiều lớp quần chúng trước 1954 trong vùng gọi là "vùng tự do- phần đất do bộ đội Việt Minh kiểm soát"- Thứ loại "tự do" được tin rằng - Tên giết người tên gọi Stalin ghê gớm kia là, "người cha yêu thương của khối nhân loại bị áp bức (?!)".

Cách tin tưởng nầy ghi đậm nét trong ký ức của lớp người gọi là "trí thức xã hội chủ nghĩa" của Miền Bắc như "nhà văn Vũ Thư Hiên", dẫu đã một lần có mặt tại Mạc Tư Khoa, và chứng kiến cảnh tượng tàn tệ bi hài: "Các ga métro đông nghịt. Những con đường dẫn tới Hồng Trường cuồn cuộn những cơn lũ dân chúng vui vẻ, phấn khích. Họ hò reo, ca hát, mang cờ đỏ búa liềm... Rải rác trên vỉa hè là những bức chân dung Stalin, cái còn nguyên, cái bị xé nát, nhem nhuốc dưới gót giày khách bộ hành!" (Vũ Thư Hiên, Đêm Giữa Ban Ngày, Văn Nghệ, CA, USA trang 94-95).

Tuy đã thấy tận mắt hoạt cảnh kể trên, nhưng nhà "trí thức trẻ kia không tin điều vô lý như thế đã xẩy ra", và tự đặt nên câu hỏi: "Lẽ nào "cha già của giai cấp vô sản thế giới" lại bị vất bỏ ngay tại quê hương Liên-bang Sô-viết?" Và bốn-mươi năm sau, "nhà văn" lập lại thắc mắc kia đối với "bác Hồ" và đảng cộng sản Việt Nam trong Đêm Giữa Ban Ngày, hồi ký của người không làm chính trị" của mình. Thật ra, những tính chất tệ hại của chủ nghĩa gọi là "xã hội chủ nghĩa" kia rất dễ nhận ra (đối với người và đảng cộng sản Việt Nam lại càng thấy rõ và mau chóng hơn) nếu con người còn có chút lương năng, lương tri chân thật, trung hậu như bà cô của "người cộng sản trí thức trẻ" Vũ Thư Hiên. Bà đã nói thành lời: "Cháu phải tỉnh trí, chớ có nghe cộng sản. Cộng sản bất nhân lắm!" Nhưng cha Vũ Thư Hiên, ông Vũ Đình Huỳnh, thư ký riêng của HCM cũng ĐÃ không thấy ra!

Tóm lại, cách "không thấy ra Tính Ác CS" nêu trên không phải chỉ xẩy ra (như một trường hợp riêng rẻ) đối với cha con Vũ Thư Hiên, nhưng nó là "phẩm chất, bản tính chung" của toàn Miền Bắc, những con người gọi là "văn nghệ sĩ xã hội chủ nghĩa" mà Nguyễn Tuân đã đại diện nói ra sau bốn mươi năm: "Tao sống đến hôm nay là do biết sợ - Sợ đói, sợ khổ, sợ bị đi tù, bị giết." Phải. Chỉ có thế và chỉ là thế. Tố Hữu không thể đơn thân điều động, thực hiện phong trào truy nã, bức bách, tiêu diệt văn nghệ sĩ, người làm văn hoá ở Miền Bắc trong suốt ba mươi năm được, tính đến Đại hội trung ương đảng lần 6, 1986, mà thật sự vẫn tồn tại đến hôm nay, qua Thế Kỷ 21.

Tố Hữu không đủ quyền năng và khả năng như của Mao Trạch Đông, vì y chỉ là một tay văn công tầm thường (về văn tài cũng như quyền lực, bản lãnh chính trị), nhưng sở dĩ y hành động như một tay độc tài văn hóa là do được chỉ huy, điều động, tổ chức bởi một cơ quan: "Bộ chính trị trung ương đảng", và có dưới tay đám bộ hạ ứ tràn mặc cảm của loại nông dân sa đọa tâm lý do tính chất làng, xã, hương ước ty tiện, bần chật. Bộ chính trị trung ương đảng kia đã trao vào tay Tố Hữu một thứ vũ khí hiểm độc và công dụng, "Đề Cương Văn Hóa 1943" mà bốn-mươi năm sau, 27 Tháng 12, 1983, "lý thuyết gia" Trường Chinh (cũng) chỉ nhắc lại một nội dung:

"Một vấn đề nữa có tính nguyên tắc mà đề cương đã nhiều lần nhấn mạnh là "vai trò lãnh đạo của đảng". Đảng cộng sản và giai cấp công nhân Việt Nam không chia quyền lãnh đạo của mình với bất cứ đảng phái nào và giai cấp nào hết!"

Đến đây hẳn quá đủ để hiểu ra sự kiện: Đối với trăm, ngàn người cầm viết, làm văn nghệ, văn hóa Miền Nam bị bức hại kể từ giờ đầu tiên của Ngày 30 Tháng Tư, 1975 cho đến hôm nay, năm 2023 của Thế Kỷ 21, có mấy ai trong số những người viết văn, làm văn hóa ở Miền Bắc thuộc đảng cộng sản ở Hà Nội, (chỉ cần một người thôi) cũng đủ đại diện cho một tập thể có lòng đối với văn hữu, đồng bào mình (nơi Miền Nam)?!

Trái lại, họ đã nói: "Chúng nó không thuộc về cánh của ta! Chúng không phải là người ngoài ta!" Chu Tử, Nguyễn Mạnh Côn, Vũ Hoàng Chương, Trần Văn Tuyên, Phạm Văn Sơn... bị đánh giá: "thuần là những kẻ viết văn phản động, đồi trụy, biệt kích văn nghệ"; Nguyễn Tú, Doãn Quốc Sỹ, Như Phong, Thanh Tâm Tuyền, Tô Thùy Yên thì ắt hẳn những kẻ: "có nợ máu với nhân dân!!". Ai ở Hà Nội hôm nay đã có một lời bênh vực cho "văn hữu Miền Nam" tại thời điểm sau gần năm mươi năm đoạt chiếm Sàigòn. Chỉ thấy cách xách mé hả hê đểu cáng của Nguyễn Khải, Tổng thư ký Hội Nhà Văn Hà Nội trong "Tháng Ba Tây Nguyên"; hoặc chữ nghĩa ngang ngược hàm hồ của Dương Thu Hương trong "Tiểu Thuyết Vô Đề" về "thằng lính ngụy" nầy, "thằng ngụy văn hoá nô dịch kia".

Toàn Miền Bắc, những người cầm bút, làm thơ, viết văn phía cộng sản tuyệt đối im lặng, nếu không muốn nói những tiếng lời hân hoan thúc dục cuộc bắn giết của quá trình cách mạng "xẻ dọc Trường Sơn đi cứu nước. Thâu giang sơn về một mối!" Bởi một điều giản dị: Họ chỉ lên tiếng khi "bản thân băng đảng, phe nhóm, làng xã của mình bị mất quyền lợi" mà thôi, trường hợp của Tô Hoài, Chế Lan Viên, Nguyễn Khải... kể cả Nguyên Ngọc lúc về già gọi là "phản tỉnh".

Ba.
Nguyễn Chí Thiện - Không im lặng đồng lõa.
Tất cả vấn đề (giả) bàn cãi rườm ra, những tội ác ngụy danh nêu trên được giải quyết rất nhanh, dứt khoát với thơ Nguyễn Chí Thiện:

Sống một ngày ở trên đất Bắc

Bằng nơi khác sống ngàn thu

Nên một bà già trên đất Bắc dù ngu

Cũng hiểu cộng sản đúng hơn

Nhiều chính trị gia hoàn cầu xuất sắc

Nguyễn Chí Thiện không đặt vấn đề cộng sản với chữ nghĩa suông, bởi anh đã sống đủ với từng giờ khắc ác độc, của mỗi tình cảnh con người bị miệt thị, hủy diệt do chế độ vô nhân tính đê tiện kia thực hiện trên quê hương Miền Bắc, toàn cả nước sau 1975, qua 27 năm tù gồm ba đợt kéo dài suốt ba thập niên, hết một đời người.

Và cũng khác với những nạn nhân trí thức, thuộc thành phần chống đối có ý thức ở Nga như các nhân vật tiếng tăm như Pasternak, Solzhenitsyn, những người dẫn đầu phong trào văn chương phản kháng trong những năm 1950; hoặc

227 người (được kiểm chứng bằng văn phẩm, hiện vật được kể ra trong phần mở đầu bản cáo trạng The Gulag Archipelago của Solzhenitsyn) thuộc nhóm trí thức Sô-Viết bị bức hại bởi chính sách khủng bố suốt 29 năm cầm quyền của Stalin (1924-1953).

Những người nầy phản kháng chế độ (Sô-viết) với biện pháp hòa hoãn, như Boris Pasternak, trái tim lớn của giòng văn chương hiện thực Nga cũng chỉ có ao ước: "Được viết đôi điều sâu xa, và trung thực..." (Đoạn mở đầu của bài viết "từ chối" nhận giải Nobel văn chương 1960), và khiêm nhường bày tỏ: "Tôi bắt buộc phải từ chối giải thưởng trao tặng giành riêng cho cá nhân mình. Vậy, xin quý vị chớ phiền hà vì sự chối từ nầy". Và cùng đành chịu tình cảnh lưu đày nơi quê nhà, bị khai trừ khỏi Hội Nhà Văn, mà phải đến năm 1987 (hai năm trước khi Liên-sô sụp đổ toàn diện), ông mới được phục hồi lại danh dự.

Nguyễn Chí Thiện vô cùng kiên cường quyết liệt hơn. Ông vạch rõ cốt lõi tai họa của đảng - Đảng cộng sản Việt Nam – băng đảng của loại "nông dân Châu Á" qua những biện pháp thanh trừng hoàn toàn khác biệt bởi tính chất ty tiện và ác độc riêng. Cao hơn cả Sắc Luật ngày 15 tháng Tư, năm 1919 của Đảng cộng sản Liên-sô cho phép cơ quan mật vụ OGPU (tiền thân của MKVD, KGB) có quyền bắt giam những người bị đánh giá là "nguy hại đối với chế độ" với cách thức cực độ khinh khi con người qua những trường hợp điển hình:

Năm 1937, cao điểm của Vụ Án về Các Bác Sĩ, nhân viên KGB xáo tung, lật đổ tất cả các vật dụng y khoa phòng thí nghiệm của Bác Sĩ Kazakov, đập vỡ bình đựng hóa chất Lysate, dược liệu giảm đau cực quý hiếm, mặc cho đám bệnh nhân đang bao quanh khẩn cầu gìn giữ; bởi những kẻ lục soát cho rằng đấy là chất hoá học dùng để chế tạo thuốc độc giết hại lãnh tụ (!). Hoặc khi lục soát nhà viên Kỹ Sư Inoshin, chuyên viên thượng thặng về ngành hỏa xa Liên Sô, công an mật vụ bật tung quan tài đứa con nhỏ của Inoshin vừa mới chết để tìm tài liệu phản động! (Solzhenitsyn, sđd tr.5).

Nhưng với Đảng cộng sản Việt Nam, tình thế không hẳn chỉ là những cảnh tượng bi thương khủng khiếp như vừa kể trên. Nó còn có những phương pháp "giáo dục" khác - thành hình từ những trí não vô cùng phong phú về một hỏa ngục theo cách mô tả của phương Đông. Bởi tập đoàn cán bộ cộng sản lãnh đạo, cầm quyền ở đất Việt được "hợp thức hóa, chính trị hóa" bởi một lý thuyết thô thiển gọi là "cộng sản", và chủ nghĩa bất nhân nầy lại được truyền dạy, định nghĩa theo một quan niệm ấu trĩ, ngu muội.

Từ tổng hợp "độc địa và tàn hại" do huấn luyện, chỉ đạo, điều hành trực tiếp của Hồ Chí Minh, cơ quan đầu não bộ chính trị trung ương đảng cộng sản Việt Nam đã thực hiện được một điều mà các cá nhân, tập đoàn cầm quyền cổ, kim, đông, tây (cho dù thuộc chế độ độc tài chuyên chế khắc nghiệt nhất) cũng không thể xây dựng nên - Đặt toàn bộ dân tộc ra ngoài vòng pháp luật.

Có nghĩa: Đảng toàn quyền bắt giữ, giam cứu, xét xử, quyết định áp dụng mọi biện pháp trừng phạt đối với tất cả mọi thành phần dân chúng, bộ đội, đảng viên, cư ngụ trên lãnh thổ Việt Nam Dân Chủ Cộng Hòa (cũng có nghĩa bao gồm vùng đất đai, dân cư dưới vĩ tuyến 17, thuộc Chính Phủ Việt Nam Cộng Hòa) mà không phải tuân theo một quy chế hành chánh, sắc luật, pháp chế nào - Sắc lệnh tối độc hại nầy được chuyển dạng nên những khẩu hiệu tuyên truyền do hệ thống "nhà thơ xã hội chủ nghĩa" hình thành:

Trời không có thiên thần

Đất không có thánh nhân

Chỉ có Nhân Dân thần thánh

Và Đảng ta làm nên sức mạnh

Bay đến chân trời...

(Nguyễn Đình Thi - 1924-2003)

Từ vị thế tối thượng bao gồm: "Chủ Thể chỉ huy lẫn Mục Tiêu thụ hưởng = Đảng+Nhà nước+Nhân Dân", tập đoàn cầm quyền Hà Nội dựng nên hệ thống tiêu chuẩn giá trị đạo đức mới. Tiêu chuẩn nầy cho phép họ thủ đắc toàn diện một quyền hạn tuyệt đối: Quyền quyết định đời sống của người khác - Quyền giết người vì yêu cầu chính trị, với mạo danh nhân dân - Quyền "cách (cái) mạng sống con người". Nói theo cách ví von của Hồ Chí Minh. Người mẹ chỉ có "quyền thương con", và bạn con mình nếu họ có chung "công tác" do đảng chỉ đạo,

Bầm yêu con nên bầm yêu đồng chí

Bầm quí con nên bầm mến anh em...

(Tố Hữu-1920-2002)

Tương tự như thế, đứa con giành "quyền" (và phải) kết tội, xỉ nhục, tiêu diệt cha mẹ từ một định nghĩa, phân loại giai cấp do đảng chủ trương,

Ai về làng Bái Hạ

Nhắn "vợ chồng thằng thu"

Rằng chúng bây là lũ quốc thù...

(Xuân Diệu-1916-1985)

"Vợ chồng thằng thu"(danh từ riêng "thu" viết chữ thường theo như nguyên bản) là Ông Bà Ngô Xuân Thu bị kết án là "lũ quốc thù", vì đã tần tảo khuya sớm làm ruộng nên trở thành địa chủ, và do có phần lúa gạo dư dã nên đã cho Xuân Diệu ăn học để nên thành "thi sĩ tình yêu" trước 1945, và sau nầy, "thi sĩ nhân dân" của đảng, và nhà nước. "Vợ chồng thằng thu" cũng là ông bà ngoại của "trí thức phản tỉnh Cù Huy Hà Vũ" hiện nay đang là "phát ngôn viên bán chính thức của Hà Nội" tại Mỹ.

Kể từ 1961 ở Miền Bắc Việt Nam, để hiện thực quyết nghị trên, những đối tượng bị truy lùng, bắt giữ, thủ tiêu không phải chỉ là những người "khác chính kiến, chống đối chế độ về mặt tư tưởng" của tập thể viết văn, làm thơ thuộc nhóm Nhân Văn-Giai Phẩm do con người lẫm liệt Phan Khôi thủ xướng. Hoàn toàn không phải như thế, "Nghị quyết tập trung cải tạo 1961" đưa toàn bộ Miền Bắc vào trại tù, xuống tận sâu địa ngục, chung quanh vây kín tầng vũng lửa - những nơi chốn kinh hoàng mà chữ nghĩa nhân loại khó có thể mô tả, viết nên; trí não con người không hề nghĩ đến, dẫu trí tưởng tượng dồi dào, phong phú nhất.

Địa ngục ấy có thật dưới mặt trời, nơi một chốn được gọi nên là "thủ đô của phẩm giá con người". Hãy cùng Nguyễn Chí Thiện phá vỡ khối nặng im lặng ác độc, đê tiện nầy: Cảnh sống-chết nơi nhà giam Hỏa Lò. Ở Hà Nội.

Bốn.
Địa ngục có THẬT.

Khu nhà tù Hỏa Lò do người Pháp dựng nên sau khi hoàn tất công cuộc thực dân ba nước Đông Dương (1896). Là trại giam trung ương của Miền Bắc. Sau năm 1954, công an cộng sản Hà Nội xử dụng làm nơi tạm giam các phạm nhân chờ chấp cung, chưa có án, đợi đưa đi các trại. Nhà tù nằm trên phố Hỏa Lò nên nhận danh xưng nầy, và phần hông dài theo góc phố chính Hai Bà Trưng, phía sau là phố Hàng Bông Thợ Nhuộm. Nhà tù gần trung ương, Bộ Nội Vụ, Cục Trại Giam, thuộc quyền Sở Công An Hà Nội để tiện việc bắt giữ, điều hành, quản lý, xét xử. Nhà tù nhận nhiều đợt tù ngay sau khi bộ đội cộng sản vào Hà Nội 10 Tháng Mười, 1954. Từ đây chuyển đi các trại trung ương từ biên giới Việt-Trung đến Nghệ An, Hà Tĩnh, các trại tập trung dọc vùng thung lũng sông Mã, Thanh Hóa, Hòa Bình, hậu thân hệ thống trại Lý

Bá Sơ, đã thành danh hiệu một Tây Bá Lợi Á của Việt Nam, từ khi nhà nước công-nông đầu tiên được dựng nên, Ngày 2 Tháng 9, 1945.

Những nhà tù Sơn La, Nghĩa Lộ, Yên Bái với những cùm bằng sắt đã có lần (trước 1945) cùm giữ các ủy viên trung ương, cán bộ cộng sản nay được tăng cường số lượng với vòng siết thắt chặt hơn; chén cơm, thức ăn, rau tươi, hoàn toàn bị cắt bỏ thay thế vào đấy những thứ lương thực, thực phẩm như sắn tươi nung khô, bo bo, khoai ủng, rau khô úa mà loài chó, lợn cũng từ chối. Chiếc cùm chân Trường Chinh trước kia bị giam ở Hỏa Lò nay được giữ lại như một chứng tích của "thời thực dân Pháp đàn áp, bóc lột". Nhưng thật ra chiếc cùm ấy nay không thấm vào đâu so với khối cùm hộp kẹp vỡ xương ống chân của những con người trong câu chuyện sắp kể ra. Thế nên, phải nói thật một điều tưởng chừng như vô lý: *"Nhà tù Hỏa Lò thời thực dân đã là một "thiên đường" so với thời "tập trung cải tạo xã hội chủ nghĩa" do sự nghiệp Bác Hồ vô vàn kính yêu dựng nên!"*

Khi xây khám, người Pháp dự trù chỉ để giam cứu cho vài ba trăm người với những dãy nhà dài rộng. Sau 1954, công an cộng sản Hà Nội chia thành bốn khu chính với những phòng giam ngăn cách bởi những dãy tường đá, trên thả kẽm gai, và mảnh chai vỡ. Một nhân vật của câu chuyện kể (Kiều Duy Vĩnh, vốn là đại úy Quân Đội Quốc Gia trước năm 1954) tháng 8, 1961 bị đưa vào tù do hậu quả thi hành nghị quyết tập trung kể trên, có số tù 4257.

Điều nầy giúp cho biết, chỉ mới đến Tháng 8, 1961 lượng tù đã quá số lượng 4000, cuối năm, theo nhịp tập trung bắt giữ như đã xẩy ra ắt hẳn khoản 6000 lượt người, vào và chuyển dần đi. Hỏa Lò nhận một số tù gấp hai mươi lần số lượng dự trù, và diện tích phòng bị co rút lại. Thế nên, các phòng giam dẫu treo khẩu hiệu: "Ăn sạch. Ở sạch. Nội vụ sạch", nhưng sinh hoạt "điển hình tiên tiến" ở phòng số 14 đã diễn ra như sau:

"Ba chục tên mới vào chen chúc đứng ở chỗ cửa ra vào, rộng khoảng ba thước vuông, đám tù sẵn có chen nhau nằm trên hai sàn, trên lối đi giữa phòng, không một kẽ hở nhỏ. Tất cả phải nằm úp thìa (bụng người nầy sát vào lưng người kia, chân co lại), trong "nhà mét" (nhà vệ sinh có bề ngang "một mét") hơn một chục tên nằm ngồi ngổn ngang. Tên trực phòng bàn với tù trưởng phòng:

- Bây giờ ba chục tên mới vào nhét vào đâu?

- Đành phải lèn chúng nó bằng được!

Trực phòng gọi từng tên một đến chêm vào đống người nằm chật trên sàn. Dồn lại! Dồn lại! Miệng hô, gót chân nện vào bụng, ngực những thằng đương nằm, cố có được một khoảng trống độ mười lăm phân để chêm thêm một tên. Vất vả khoảng mười lăm phút cũng chỉ chêm được bảy tên, nên cuối cùng trưởng phòng có sáng kiến:

- Tao có biện pháp, cho chúng nó "tạc tượng", nghĩa là đứng dựa vào tường đêm nay. Đêm mai sẽ thay lớp khác. Lập tức hai chục "pho tượng" được đặt dọc theo bức tường".

Nhưng 250 con người trong căn phòng dự trù chỉ hai mươi người ở kia có những nhu cầu sinh tử, trong đêm họ phải đi tiểu, đại tiện (do buổi chiều vừa được thăm nuôi, mà chỉ trong vài phút ngắn đã phải ăn cho hết lượng thức ăn nhiều chất bột, mỡ, đường). Kẻ đi vào phòng vệ sinh phải trở thành một diễn viên xiếc thượng thặng! Trước khi bước phải tìm một kẽ hở giữa đám người nằm để đặt năm đầu ngón chân xuống, có những chỗ quá xa nên phải nhảy tới, rồi bước lò cò; lỡ chân, đạp lên mặt, lên ngực kẻ nằm, hoặc ngã đè lên họ... Vào được phòng vệ sinh, lại phải thêm một phen chen chúc.

Một tên ngồi gục đầu trên hố xí, úp mặt xuống lỗ hố xí thối thủm, một tên khác ngồi ở bệ bước lên, nhưng dù sao đấy cũng là "hai chỗ ngủ tốt". Có tên nằm co quắp trong bệ tiểu tiện, phải đánh thức tên nầy dậy mới đi tiểu được, vừa tiểu tiện xong, bệ tiểu đã có một tên nhảy vào ngồi trám chỗ. Từ cửa phòng vệ sinh, lão (người tù có số hiệu 4257) nhìn ra... Căn phòng im lặng lềnh đặc mùi tanh tưởi của máu, mủ, mồ hôi, mùi phân người bốc lên ngầy ngật. Mấy trăm bộ xương da khẳng khiu, lở loét ngập tràn, nằm ôm cứng la liệt như đống xác chết như một nấm mồ tập thể để lộ thiên, chưa lấp đất.

Chắc hẳn qua đoạn trên, bạn đọc có ý nghĩ: "Đám tù của phòng số 14 nầy phải là những tay anh chị, dân dao búa, vào tù do phạm những tội hình gia trọng?" Cũng có thể đúng như vậy, nhưng trong đám không thiếu những bi kịch thương tâm. Chúng ta hãy nghe người tù già thở than với gã tù trưởng phòng (để gã nầy gia ân cho khỏi ngủ "nhà mét-chuồng xí"): "Vâng, thưa bác, cháu chỉ vì đạp xe trái luật, bị cảnh sát phạt hai chục đồng (khoảng mười cent của đô-la Mỹ vào thời điểm câu chuyện). Cháu không đủ tiền nộp, họ giữ ở đồn mấy hôm. Vợ con cháu đói, cháu van lạy công an trả xe, cháu đi làm sẽ nộp phạt sau. Mấy ngày liền cháu lên đồn cầu xin, công an không trả còn măng chửi, xua đuổi. Nhà cháu ức quá kêu trời, đất, tên các ông Lê Duẩn, Trường Chinh để kể ra nỗi khổ... Thế là bị giải vào đây, đã mười bốn tháng vì tội "lăng mạ, xúc phạm lãnh tụ". Cháu không biết chữ, xin bác làm ơn, làm phúc, viết cái đơn, xin nhà nước tha cho cháu."

Ông lão đạp xích-lô không phải là trường hợp riêng biệt, có gã tù trẻ hơn, đói quá đang ngồi bỗng nhiên ngất xỉu, được lão tù (vốn là đại úy quân đội quốc gia kể ra trên) cho uống một ca nước pha chút đường, gã tỉnh lại, rơm rớm nước mắt, kể lể: "Cháu có tội gì đâu, cháu làm nghề sửa đồng hồ, đạp xe đạp quanh các phố rao mời: "Đồng hồ nhanh, chậm, hỏng vỡ... Ai cần chữa?"

Một hôm quá mệt, cháu rao ngắn hơn: "Hồ hỏng, hồ vỡ, sửa chữa..." Rao được vài phố thì bị công an bắt vào đồn. Ông chấp pháp hỏi cung, bắt cháu phải nhận có ý đồ phản động, xỏ xiên lãnh tụ, xúc phạm bác Hồ! Cháu giải thích: "Hôm ấy cháu bị ho, lại quá mệt chứ nào dám "xúc phạm Hồ Chủ Tịch", cháu còn hai con nhỏ phải nuôi, làm sao có gan bằng giời như thế!" Ông chấp pháp bảo, nếu có cố ý thì cứ nhận, đảng sẽ khoan hồng, cho về với vợ con. Cháu tin theo, ký vào biên bản, nhưng không hiểu tại sao cứ bị giam ở đây, đã mười tám tháng!!" Gã thợ sửa đồng hồ khóc nấc."

Những trường hợp thương tâm, bi hài như trên không là hiếm hoi, và hậu quả của khốc hại của chế độ giam giữ không chỉ gây nên đói khổ, ngủ nhà xí, nằm queo trong bồn đi tiểu. Chúng ta qua khu nữ tù, khu thứ ba của Hỏa Lò để biết ra thêm một khía cạnh bi phẫn: Phận người, phận người tù nữ cũng không kém cường độ khốn khổ, thương tâm.

Hãy nghe câu chuyện: "Phòng nữ không quá đông như phòng nam, nhưng cũng chật ních, thêm mùi cầu tiêu, mồ hôi, mùi máu mủ, ghẻ lở, lậu, giang mai, kinh nguyệt quyện vào lan tỏa... Đám nữ tù khi vào buồng, đồng cởi áo quần, nằm ngồi ngổn ngang, lấy những mảnh giẻ con thấm máu mủ cho nhau. Có tiếng khóc của trẻ con, mụ trưởng phòng đã ngoài bốn-mươi, bế đứa nhỏ trong tay, nựng nịu... "Khổ thân cho cháu quá, bé tí thế nầy mà đã vào tù, mới mười tháng mà đã trở thành tù nhân, mà cái nầy cũng chỉ tại mẹ mầy, trẻ người non dạ... Mẹ nó còn đường không đấy? Cô giáo đừng ăn đường của con đấy nhé."

Mẹ đứa bé, vốn là cô giáo sùi sụt: "Cám ơn các chị thương cháu, cho cháu đường để pha nước cháo, em đâu nỡ ăn đường của con,"

Mụ trưởng phòng an ủi: "Thôi đừng khóc nữa, trên thế nào cũng chiếu cố cho mẹ con em về, mà em cũng thật dại, bao nhiêu người chồng chết, con chết mà ai dám chưởi như em đâu?"

- Em nào dám chưởi đảng bao giờ, nghe tin anh ấy chết, em chỉ gào mỗi câu: "Nghĩa vụ quốc tế giết chết chồng tôi rồi!"

Ôi, không biết kiếp trước mẹ con em phạm tội gì mà giời đày đọa đến thế nầy, chồng thì bỏ mạng ở xứ người, xác không biết chôn đâu, mẹ con em lại phải vào tù đã năm tháng nay."

Với môi trường tù ngục như trên, đứa bé lại thiếu dinh dưỡng, dẫu cô "nữ quái" của phòng đã dùng đến chiến thuật của nghề cũ - Dùng thân xác mình o ép, lập kế dụ các gã bộ đội võ trang (đi tuần hằng đêm) cung cấp hộp sữa để được sờ mó người cô, và dùng sữa nầy nuôi đứa bé - Nhưng bé không chịu đựng nổi sức nóng của căn phòng, vào những ngày tháng Tám, nóng lên đến quá 40 độ, bé bị sốt cao, rôm sẩy đầy người, la khóc nghẹt thở, xong chỉ còn những tiếng rò rè thiêm thiếp. Cô giáo chỉ còn da, xương, mắt quầng thâm, ôm con lo lắng. Một buổi sớm, cô thiếp mê, khi tỉnh dậy thấy thằng bé há hốc chiếc miệng nhỏ xíu, mắt trợn lên, bất động. Cô hoảng loạn kêu ầm... "Con tôi chết rồi! Con tôi chết rồi!"

... Gã tự giác vào phòng, giật đứa bé khỏi tay cô giáo, đẩy cô ngã xuống. Cô vùng lên chạy theo, gào thét... "Trả con cho tôi! Trả con cho tôi! Tôi tự tử chết!" Cô đập đầu vào song sắt. Máu từ đầu chảy xuống hòa nước mắt. Nhờ các bạn tù theo dõi, trông chừng, cô giáo không tự tử chết được, chỉ trở nên người mất trí. Trong cơn điên, cô hát lại những câu hát thời thơ ấu, lúc con còn sống, cô thường hát để thay lời ru..."Ai yêu Bác Hồ Chí Minh hơn các em nhi đồng. Bác chúng em dáng cao cao, người thanh thanh. Mong Bác sống muôn đời để dìu dắt nhi đồng thành người..." Cô vừa hát, vừa ngâm thơ, vừa múa đẹp, thường kết thúc trò vui với lời gào khản: "Ối con ơi.. Ối con ơi!"

Một sáng đầu tháng Mười, ông y sĩ trại vào dẫn cô đi. Cô giáo được đưa tới một trại giam người điên bên Châu Quỳ, Gia Lâm. Các bạn tù thì thầm: "Nó được "bác Hồ phù hộ" đấy. Bác thiêng lắm, hôm bác mất, giời mưa khóc bác". Thì con điên ấy chẳng thường ngâm: "Người tuôn nước mắt, giời tuôn mưa (Thơ Tố Hữu ca ngợi "bác", ngày HCM chết, 2/

9/1969) và kết thúc bằng lời gào... "Con ơi là con!"

Hãy theo dõi chuyến đi với Nguyễn Chí Thiện lên Phong Quang, để gặp một người tù thuộc diện "tư tưởng". Sau một hành trình từ bốn giờ sáng, suốt 18 tiếng đồng hồ bằng tất cả những phương tiện, ca nô, xe tải, xe lửa. Chen chúc nhau trong một toa đen bịt kín, nhầy nhụa phân, nước tiểu của người và lợn, mười một giờ đêm đến trại Phong Quang, sát biên giới Việt-Hoa, cách nơi khởi hành chỉ hơn 100 cây số, khoảng 60 dặm Anh.

Sáng hôm sau, Nguyễn Chí Thiện đến bệnh xá tìm gặp một người... Một người trung niên, mặc áo bông, đứng trước cây ớt chỉ thiên, đầu ngẩng lên nhìn trời, nét mặt xám nhợt, bất động: Nhà Thơ Phùng Cung, cây bút trẻ tuổi mạnh mẽ nhất của nhóm Nhân Văn - Giai Phẩm trong thập niên 50, nay đã thành một lão nhân suy sụp toàn diện. Phùng Cung đã phải nhận trừng phạt với mười năm tù không tuyên án tính đến năm 1970, (và tiếp theo sau một thập niên nữa), nghĩa là ngay sau khi "Nghị Quyết Tập Trung Cải Tạo" (1961) vừa kể trên kia được thi hành.

Khác với tình trạng của nhân vật Rubashov trong *Darkness at Noon* của A. Koestler, Phùng Cung không được chết, dù phải bị bệnh lao, anh được chuyển về đội đan lát, (một đơn vị của trại tù có biệt danh "mầm non nghĩa địa") gồm những người sắp chết. Phùng Cung phải tiếp tục sống sót, ra tù để chịu đựng một đe dọa thường trực: "Suốt chục năm, sau ngày ra tù, (kể cả sau khi Liên Sô sụp đổ 1991), công an thường xuyên tới nhà, lục soát, gọi lên đồn, đe dọa, khủng bố tinh thần. Bên cạnh sự khủng bố của công an, còn có tiếp sức của cái đói - "cái đói bám vào thắt lưng mà đánh".

Phùng Cung "tôn kính" hạt gạo vô cùng, ông nói thành lời: "Tôi rạp đầu. Bạc tóc rạp đầu. Lạy hạt gạo thiêng!" Vợ chồng ông phải sống trong cảnh: "Trệu trạo trái sung. Ruột tím cơ hàn." Và trong lòng là nỗi sợ hãi nơm nớp: "Mắt trước, mắt sau. Kinh hoàng di lụy. Quỳ gối, chống tay, vẫn còn sợ ngã!" Nhưng một tập thể gọi là nhà văn, thi sĩ, học giả, trí thức ở Miền Bắc, ở Hà Nội, khắp cả nước (sau 1975) đồng im lặng, và quay mặt trước con người cao thượng nầy. Chỉ mình Nguyễn Chí Thiện đi đến với Thi Sĩ để đọc lên những lời thơ hùng tráng:

Vùng châu thổ Lưỡng Hà vang tiếng gáy

Lớp lớp thương vong bằng an ngồi dậy

Dưới sao Mai ưu ái trong lành

....

Khắp nẻo Nam, Bắc bán cầu

Chim hót Thánh Thi.

(Tiếng Vọng Từ Đáy Vực, Washington D.C. US 1980)

Năm.
Người không có quyền (được) chết!!

Chế độ bất nhân nơi Hà Nội không những quyết định cảnh sống, mà còn giành quyền kết thúc đời người tại những tình huống "bị giết lúc đang còn sống" như bi kịch khốc liệt sau đây: "Người thanh niên 31 tuổi, vốn là bộ đội giải ngũ vì thương trận, anh can tội đánh cắp kho thuốc Tây phố Đinh Liệt, quận Hoàn Kiếm. Chẳng phải số lượng thuốc bị mất cắp quá lớn để có thể gây thiệt hại đến nền y tế quốc gia, nhưng bởi đấy là kho thuốc của trung ương đảng nên anh bị kêu án tử hình."

Án xử đã được định sẵn bởi công tố Đỗ Xuân Sảng vì trung ương đảng muốn cảnh cáo cho dân chúng biết: "Đánh cắp của ai cũng có thể châm chước (bằng chứng những vụ tham nhũng, làm thiệt hại, gây lỗ các xí nghiệp, ngân hàng nhà nước lên đến hàng chục tỷ đồng cũng chỉ bị "cảnh cáo nội bộ"), nhưng đánh cắp của đảng (của đảng viên trung ương đảng) thì chỉ có tội chết mới xứng đáng" Bởi đấy là biểu hiệu nhất quán về "hành vi phản động chính trị. Coi nhẹ pháp chế của Đảng. Xúc phạm "lãnh tụ".

Cô nữ tù cũng có trường hợp tương tự: "Vì uất ức tên trưởng khu phố đã lợi dụng chức vụ (chỉ là chức "trưởng khu phố") để đòi cô cho hắn ta thỏa mãn (như cách các tổng, lý, xã trưởng của đầu thế kỷ, khi còn chế độ quân chủ, phong kiến), còn bức bách mẹ cô vốn là một cô giáo. Quá phẫn uất, cô gái dùng xăng đốt nhà gã nầy cho đến chết. Cô bị kết án tử hình lúc 19 tuổi."

Hai người tuổi trẻ đối diện nhau qua dãy hành lang của khu khám tử hình, và sống cùng nhau trong những giờ phút cận kề, chạm mặt cái chết:

- Hai đứa bị tử hình mà không thương nhau thời thương ai? Thấy mặt anh ngây ra, em buồn cười quá. Chắc chúng mình có duyên nợ nhau từ kiếp trước. Năm nay em mười chín tuổi, ở ngoài, em chưa yêu ai đâu! Cô gái thắm thiết thổ lộ.

- Em mười chín tuổi, chỉ mới trăng tròn lẻ bốn tuổi, chưa mảnh tình vắt vai, tuổi mới bước vào đời mà phải bước ra. Tiếc thật, giá anh có thể chết thay cho em thì tốt biết bao. Mấy đêm trước, anh mơ thấy thầy mẹ anh. Hai "cụ via" vui lắm, nói là sắp được đón anh. Kiếp sau hai đứa mình sẽ chung sống nhé!

- Đợi kiếp sau lâu lắm, em không đợi được đâu, sau khi chết, hai linh hồn chúng mình phải gặp nhau cơ. Chúng mình nên chọn nơi thật thơ mộng như bên Hồ Tây, trên đường Thanh Niên ấy,

- Ý kiến hay quá, nhưng theo anh, chúng mình hẹn gặp nhau trên đê sông Hồng, chỗ Đồn Thủy đi thẳng ra.

- Này, nếu ở thế giới bên kia mà anh phụ em, em sẽ "hỏa thiêu" luôn cả linh hồn anh đấy.

- Trời đã thương anh, ban em cho anh, anh mà phụ em, trời cho sét nổ trên đầu, đánh chết tươi anh ngay. Em ơi, anh muốn sang bên buồng em quá. Nghĩ tới được ôm ấp em, vuốt ve em, anh run cả người lên đây nầy.

- Em cũng muốn lắm, mồ hôi em cũng lấm tấm trên trán đây,

Gã tù hạ thấp giọng, nói nhỏ: "Em đã thông cảm thì anh mạnh dạn nói. Đêm qua, anh nghĩ sẽ đề nghị với em là chúng mình sẽ thành vợ chồng. Nhưng chuyện động phòng là không thể được rồi, anh chỉ muốn chúng mình ngắm thân thể của nhau! Đến giờ vệ sinh, anh sẽ đứng lên cùm nhìn sang buồng em. Đến lượt em cũng thế, nhớ cởi hết ra đấy!"

- Nếu có cơ hội, anh mở lỗ cửa gió buồng như hôm nọ, em sẽ để môi ra cho anh hôn.

- Sáng kiến hay quá, ờ... mà không phải hôn. Anh sẽ uống linh hồn em!

Nhiều tiếng giầy thình thịch đi vào sân. Rồi tiếng mở khóa loảng xoảng. Gã tử tù ngưng nói, xong hốt hoảng: "Có lẽ anh "đi" đấy." Giọng cô gái hồi hộp: "Có thể là em!"

Tên quản giáo mở cửa buồng gã tử tù. Hai vũ trang xông vào quát: "Ngồi im không được cử động." Chúng bẻ tay gã tử tù ra sau lưng, dùng còng số 8 khóa lại. Gã tử tù nói to: "Anh đi trước anh đợi em ở bờ sông Hồng!" Cô gái đập cửa buồng gào lên: "Xin các ông đưa tôi đi bắn cùng anh ấy! Xin các ông!"

Gã tử tù bị đẩy ra hành lang, hướng về buồng cô gái: "Tạm biệt em, đừng cầu xin gì chúng nó cả. Chắc chắn chúng mình sẽ gặp nhau." Cô gái nức nở: "Anh ơi, em thương anh quá! Em muốn đi với anh, chúng mình gặp nhau ở bờ sông Hồng. Em sẽ tới đó..."

Ra tới sân, gã ngoái cổ lại kêu lớn: "Đừng buồn, chúng

mình gặp nhau trên bờ sông Hồng... Ở bờ sông Hồng nghe em... Sông Hồng... Sông Hồng em ơi!"

Lời Kết

Thưa Anh, Người Viết Thơ Nguyễn Chí Thiện, chữ, nghĩa tự thân không phải là điều to lớn. Chúng chỉ là những ký hiệu, nhưng qua bàn tay, từ chiếc đầu nung lửa khổ đau, anh biến chúng thành sức mạnh. Chữ của Anh là Phán Xét Chung Cuộc. Thơ của Anh là Lời Tiên Tri. Bởi, giữa vũng lầy lừa dối của Miền Bắc, siết chặt cùm xiềng, anh đã hằng khẳng quyết:

Ta vững tin đất trời kia chẳng phụ.

Công đức vun bồi nuôi dưỡng thân ta.

Trong đêm cùng vùng nhiệt đới bao la.

Trái lửa của ta sẽ bùng lên vạn ánh!

(NCT, 1974-Tiếng Vọng Từ Đáy Vực, Washington D.C. US 1980)

Và có ai chia sẻ cùng chúng tôi, Người Miền Nam, tại buổi sáng 30 Tháng Tư, 1975 ở Sàigòn – Lần đất nước sụp chìm dần xuống đáy huyệt của Sự Chết toàn diện - Nếu không phải một mình Anh. Phải, chỉ mỗi mình Anh với tiếng gào thống hận không nguôi: "Khi Mỹ chạy bỏ Miền Nam cho cộng sản!" (NCT, 1975)

Chung thủy chỉ mỗi mình Anh - Người Dụng Chữ-Viết Thơ Nguyễn Chí Thiện. Cám ơn Anh sao cho đủ với tấm lòng sôi lửa của Mối Đau Chung.

Rằm cuối cùng

Tết Năm Nhâm Ngọ,

Nơi MN, 11 Tháng 1, 2003.

Viết lại, Ca 20 Tháng 7, 2023.

Kết Từ.

Cuốn sách nay đã xong, đọc lại, nhắc lại những điều đã viết về những tình thế đã trải qua, đã chứng kiến (đúng 60 năm, 1964-2024) luôn có cảm giác *"kinh hãi"* với câu hỏi: *"Sao con người khổ đến thế? Sao con người đau đến thế?"* Con Người đây là tất cả những đơn vị người gọi là Người Việt Nam chứ không riêng ai. Trong tổng số đau thương kia, *Người Lính* phải chịu phần nặng nhất! Những người lính còn rất trẻ không cần phải dạn dày *"trăm trận"* chỉ cần một trận máu xương kể từ ngày mãn khóa quân sự, qua bài học đầu tiên "Baptême de feu", (nói theo cách của nhà binh Pháp) là tiêu vong tại tuổi thanh xuân! Hóa ra lời nói ngày trước: *"Tôi là kẻ sống sót sau một cuộc chiến tranh dài hơn trí nhớ"* sao mà đúng đến như thế?!

Tập sách có một ngẫu nhiên cảm động... Bắt đầu câu chuyện lúc sắp được 21 tuổi (Tháng 8, 1964) lần qua Phà Rạch Miễu, Sông Tiền Giang... kết thúc hôm nay, Tháng 8, 2023, còn mấy ngày nữa là đúng sinh nhật 80 tuổi! Đáng sợ và cảm thương (thân) biết bao: *Tôi sống không thiếu một ngày của Phận Con Người/Người Việt Nam.*

Đất Mỹ,
Cali, 9 Tháng 8, 2023.
(1964-2023)

www.ingramcontent.com/pod-product-compliance
Lightning Source LLC
LaVergne TN
LVHW041813060526
838201LV00046B/1249